U0093833

哈福

哈福

中文拼音和羅馬拼音對照，一看就會說

越南移工看護
會話便利通

家有移工、看護好幫手，主雇雙方好溝通

哈福編輯部◎編著

越南移工、看護、新住民，近來大幅增加，本書為您解決溝通不良的問題，讓您府上的移工成為最佳好幫手，發揮最大工作效率。

主雇溝通超輕鬆

收錄最簡單的句型、對話及單字，好實用，互動佳

互動會話一指通

不懂越南語沒關係，手指中文給移工看，全家老小都適用

附贈光碟 MP3

越南移工・看護工・新住民
雇主・台商・人力仲介必備寶典

哈福

前言

中文拼音和羅馬拼音對照
主雇溝通超輕鬆

越南崛起，有可能成為下一個日本；加上中越經貿往來日益密切，有不少台商到越南做生意；國內也有不少越南移工、看護工，還有不少越南人嫁到台灣來，成為新住民，若能學會一點越南語，絕對有助於生意往來，尤其是主雇之間更能拉近關係。

本書作者親身經歷與移工溝通的各種問題，提供大家參考，內容有：移工、看護工互動與管理指南；基本須知；飲食烹飪；做家事；照顧嬰兒；照顧幼童；老人、病人看護；生活應用，舉凡每天要面臨的日常大小事，均有妙招傳授，絕對是雇用移工的小百科。

本書目的在於促進雇主與移工間的和諧，跨越溝通障礙，避免因言語隔閡造成誤會，因此我們針對您的需要，完整收錄最簡單的句型、對話及單字，「雇主説説看」單元，附有中文拼音，方便雇主溝通；「越南移工．看護説説看」單元，有的標羅馬拼音，方便越南人學中文，快速溝通。

本書架構

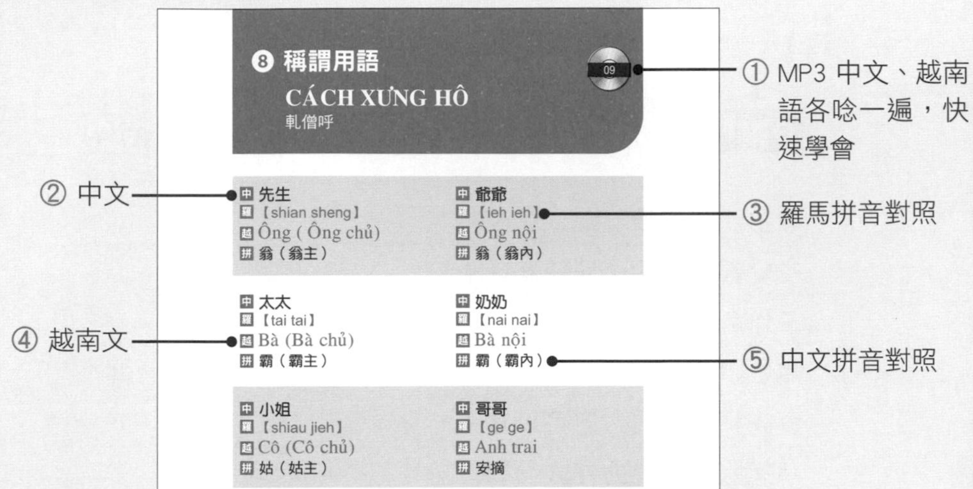

本書使用方法

簡易中文拼音學習法
會中文就能說越南語

你可以說　懂中文就會說越南語，阿公、阿媽也能輕鬆開口說，現學現用。

也可以聽　中文、越南文、中文拼音對照超實用，實況對話現學現用，快速溝通有一套。

一指也能通　越南語不流利沒關係，你指中文他看越南文，一比就通，彼此溝通無障礙。

第一部分

part 1 越南移工．看護工互動與管理指南

第二部分

part 1 基本須知

NHỮNG ĐIỀU CƠ BẢN CẦN BIẾT

能調哥版民別

part 3 做家事

LÀM VIỆC NHÀ

爛月那

part 4 照顧嬰兒

CHĂM SÓC EM BÉ

沾啥煙別

part 5 照顧幼童

CHĂM SÓC TRẺ EM

沾啥解煙

part 6 老人、病人看護

CHĂM SÓC NGƯỜI GIÀ (NGƯỜI BỆNH)

沾啥位匝（位病）

part 7 生活應用

ỨNG DỤNG TRONG SINH HOẠT HÀNG NGÀY

瓮縱中身黃沆奈

第一部分

1 越南移工・看護工 互動與管理指南

雇主注意事項

➲ 薪資

不妨以越南移工．看護的入境日期為每月的發薪日，且必須工作滿一個月後才能發薪，並將必須事先扣除的項目列出明細減去後，再讓越南移工．看護在薪資表上簽名認可，保留此表以避免日後產生麻煩。

➲ 所得稅

若按照國稅局的規定，以越南移工．看護的薪水而言，是可以不用繳稅的，如果是由人力仲介公司引進，每年仲介公司會主動幫外勞申報。

➲ 就業安定費

就業安定費是從所聘僱外國人入境的次日起算，繳至離境前一日止。家庭看護工每月新案應繳二千元（不滿一個月每日以67元計算）；家事幫傭每月五千元（不滿一個月每日以167元計算），每季繳交。單據務必妥為保管，若辦展延時須做為證明用。

➲ 休假

依勞基法規定，越南移工、看護工、家事幫傭，服務滿一年，第二年開始，可以有七天的年假，因此工作滿一年，需另外支付7天x567元=3969元，或享七天的休假。三年合約期滿，依國外政府要求，其返鄉機票由雇主支付。

➲ 變更地址

越南移工．看護的工作地點如有變更，依規定須向當地警察局及勞委會報備，或請您的仲介公司代理。

➲ 體檢

依法令規定，外籍移工、看護入境後每半年須接受一次健康檢查，並將檢查結果函送當地衛生局報備，雇主若不按時辦理，資格將會被取消，外籍移工、看護若要展延則需提早於合約到期的前兩個月辦理體檢，全部作業也可請您的仲介公司代理。

➲ 匯款

多數的越南移工．看護皆會定期匯款回家，一般銀行皆可處理國際匯款，只是匯費各家不同。

主雇都開心的小秘訣

❶ 關心

主僱的關係是互動的。試想一個初到完全陌生國家的人，語言又完全不通，此時心中定會產生無比的恐懼，因此雇主對她而言有多麼的重要，關心越南移工．看護的一切，也是雇主應該做到的範圍，更何況了解越南移工．看護的一切，對您而言也是一種保障。

❷ 尊重

每一位越南移工．看護在入境之前，都必須經過二到三個月的密集職前訓練和面試甄選，因此都已經具有一定水準與專業素養，就當地而言，她們已經均為一時之選。因此尊重您所聘請的越南移工・看護，這樣越南移工・看護也會以相同的態度尊敬聘請她的雇主。尤其越南移工・看護剛來的前一、兩個月，與親朋好友言談中，儘量不要提及她的名字或指指點點，以免越南移工・看護因誤會而造成彼此的困擾。

❸ 獎勵

過份的疼愛越南移工・看護，有時反而造成彼此的困擾。因此我們還是建議雇主有賞有罰、恩威並施是比較好的選擇。遇有額外的工作時，可給一些獎金做為獎勵，但千萬不要養成習慣，除了會造成自己的額外負擔外，萬一越南移工・看護視為當然，下次若不給時又好像不對了。

❹ 權利與義務說清楚

當仲介公司人員把越南移工・看護帶給您時，請仲介公司翻譯人員將彼此的權利與義務言明清楚，必要時寫下，越南移工・看護有需要改進的地方時，也有一些明確的依據。

❺ 詳列工作明細表

每個國家都有其民族性，因此將您要她做的事情清清楚楚的寫下，便能提醒越南移工・看護不要忘記（此點可請仲介公司服務）。

❻ 親自示範一次

許多家電用品越南移工・看護可能都沒使用過，因此請您親自示範一次，並確認越南移工・看護會操作，此舉可避免因操作不當而造成的電器損壞。家務上的親自示範，或許剛開始比較累，但越南移工‧看護熟悉後，您就輕鬆了許多。

❼ 孩子不要任意指揮越南移工‧看護

有些父母會任由子女來指揮越南移工‧看護，但是畢竟越南移工‧看護算起來也是長輩，因此指揮的權利還是保留給您自己吧！

❽ 不要隨意責罵

人都會有自尊心，儘量避免大聲的責罵或情緒的責備越南移工‧看護，這樣會讓彼此都相處得更愉快。比方說越南移工‧看護犯錯時，可用委婉的口氣告誡，而不要當面讓她難堪。

❾ 常常讚美

每一個人都喜歡聽到讚美自己的好話，因此您不妨學幾句讚美的越南話，當越南移工‧看護表現好時便可用上，這樣會讓越南移工‧看護感覺到您的用心，而在工作上更賣力喔！

工作範圍

➲ 煮食

包括早餐、午餐、晚餐、宵夜及點心。

➲ 清潔

除了每天例行的家中各地方的清掃外，還有定期的大掃除。若家中有車，則每週可要求越南移工‧看護洗車一次。

➲ 照顧孩童

照顧家中孩童的日常起居生活，以及接送他們上下學和去補習班，並陪孩子們讀書、遊戲。

➲ 照顧長者

陪伴老人及照顧他的日常起居生活，比較特別的是若需幫助老人定期就醫或吃藥的工作，細節部份可由主僱雙方透過您的仲介公司協助另訂。

➲ 處理家中雜務

除了例行的工作以外，常常會有一些突發的狀況需要越南移工・看護協助解決。例如：客人臨時來訪、年節拜拜等。在越南移工・看護剛到時，可透過您仲介公司的翻譯人員言明在先，以避免日後爭議。

雇主須知

➲ 越南移工・看護入境後，您要：

申請越南移工・看護入境後，必須先安排其做健康檢查，並將結果送交當地衛生局核備；若檢查結果不合格，應於十四日內安排所雇用之越南移工・看護出境，並向行政院勞工委員會職訓局申請遞補。

此外，還要幫越南移工・看護辦理居留證或重入境許可證，辦理各項證件所需文件及資料，可參閱職訓局印製的《雇主聘雇外籍移工須知》。

若您要遷移住所，越南移工．看護雖可隨您一起搬遷，但請記得向當地警察機關登記異動，否則容易引起不必要的麻煩。

聘雇越南移工．看護在台工作時間，累計不得超過12年。惟有特殊表現，經許可者，且符合規定資格、條件者，可以檢具申請書，申請延長工作年限至14年。申請延展應於期限屆滿前六十天內提出申請。聘雇期限已滿，則需重新提出申請。

查詢相關疑問，您可以找：

勞動部勞動力發展署
地　　址：24219新北市新莊區中平路439號南棟4樓
洽詢專線：(02)8995-6000

申請外國人來臺工作業務服務時間：
週一至週五　上午8時30分至下午5時30分　受理親自送件
服務地址：100 臺北市中正區中華路一段39號10樓
(02) 8995 6000

台北市人力仲介商業同業公會
地　　址：台北市重慶南路一段10號11樓
洽詢專線：(02)2383-1155

為您服務的人力仲介公司

（請自行填上該公司資料）
地　　址：________________________
洽詢專線：________________________

越南移工・看護健康檢查醫院名單

➲ 基隆市
長庚紀念醫院基隆分院
國軍第八一二總醫院
➲ 台北縣市
台北榮民總醫院
台灣大學醫學院附設醫院
三軍總醫院
馬偕紀念醫院淡水分院
台北市立中興醫院
國泰綜合醫院
台北醫學院附設醫院
台北市立仁愛醫院
台北市立陽明醫院
新光吳火獅紀念醫院
台北市立和平醫院
振興復健醫學中心
國軍第八〇七總醫院
中心診所醫院
台北市立忠孝醫院
台北市立婦幼綜合醫院
基督復臨安息日會台安醫院
亞東紀念醫院
天主教會耕莘醫院
台灣省立台北醫院

➲ 桃園縣市
長庚紀念醫院林口分院
台灣省立桃園醫院
國軍第八〇四總醫院
敏盛綜合醫院
➲ 新竹縣市
台灣省立新竹醫院
➲ 台中縣市
台中榮民總醫院
中國醫藥學院附設醫院
國軍第八〇三總醫院
澄清綜合醫院及中港分院
中山醫學院附設孫中山先生紀念醫院
仁愛綜合醫院
台灣省立豐原醫院
➲ 彰化縣市
秀傳紀念醫院
➲ 嘉義縣市
嘉義基督教醫院
華濟醫院
天主教聖馬爾定醫院
嘉義榮民醫院

➲ 台南縣市
成功大學醫學院附設醫院
奇美醫院暨台南分院
台灣省立台南醫院
台南市立醫院
台灣基督長老教會新樓醫院
➲ 高雄縣市
高雄醫學院附設中和紀念醫院
長庚紀念醫院高雄分院
高雄榮民總醫院
國軍第八〇六總醫院
阮綜合醫院
國軍第八〇二總醫院
➲ 屏東縣
人愛綜合醫院

➲ 台東市
馬偕紀念醫院台東分院
➲ 花蓮市
佛教慈濟綜合醫院
基督教門諾醫院
國軍第八〇五總醫院
➲ 宜蘭縣
天主教靈醫會羅東聖母醫院
羅許基金會羅東博愛醫院
➲ 外島地區
金門縣立醫院
國軍第八一一總醫院
台灣省立澎湖醫院
國軍第八二〇醫院民診處
連江縣立醫院

東南亞勞工輸出國駐華機構

➲ 駐台北越南經濟文化辦事處	10455 臺北市松江路65號3樓 (02)2516-6626
➲ 駐台北印尼貿易代表處	11492 臺北市瑞光路550號6樓（倫飛大樓） (02)8752-6170
➲ 馬尼拉經濟文化辦事處	台北分處 11493 臺北市內湖區洲子街55&57號2樓 (02)2658-8825 高雄分處 80761 高雄市三民區民族一路80號9樓之2 (07)-398-5935~6
➲ 泰國貿易經濟辦事處	106 臺北市大安區市民大道3段206號 (02)2775-2211
➲ 馬來西亞友誼及貿易中心	10595 臺北市敦化北路102號8樓（三和塑膠大樓） (02)2713-2626

第二部分

1 基本須知

—— NHỮNG ĐIỀU CƠ BẢN CẦN BIẾT

能調哥版艮別

❶ 工作態度

THÁI ĐỘ LÀM VIỆC

台度爛月

➲ 中 保持好心情、面帶微笑。

越 Giữ tâm trạng tốt, vẻ mặt tươi cười.

拼 子蹲狀奪，也罵堆給

➲ 中 對老人家要尊敬。

中 Phải tôn trọng người già.

拼 斐蹲重位匜

➲ 中 照顧小孩時，要特別注意安全。

越 Khi chăm sóc trẻ em, phải hết sức chú ý an toàn.

拼 科沾啥解煙，斐何時竹宜安斷

➲ 中 不可以單獨把小孩、病人留在家中擅自外出。

越 Không được tự ý đi ra ngoài để trẻ em, người bệnh ở nhà một mình .

拼 空的度宜，低匜外，底解煙，位病噁那莫命

➲ 中 孩子若犯錯不可以自行處罰，要告訴雇主。

越 Nếu trẻ em phạm lỗi không được tự xử phạt, phải cho chủ biết.

拼 牛解煙犯壘，空的度死罰，斐桌主別

➲ 中 要尊重雇主的隱私。

越 Phải tôn trọng việc riêng tư của chủ.

拼 斐蹲重，月扔都果主

➲ 中 進別人房間，要先敲門。

越 Phải gõ cửa trước khi vào phòng người khác.

拼 斐果葛，折科要放位卡

➲ 中 未經許可，不要隨便進入房間。

越 Chưa được cho phép, không được tự ý vào phòng người khác.

拼 遮的桌肥，空的度意要放位卡

➲ 中 未經許可，不要隨便翻動抽屜。

越 Chưa được cho phép, không được tự ý lục đồ trong ngăn kéo.

拼 遮的桌肥，空的度意路裸中灣狗

➲ 中 未經許可，不可以隨便帶朋友到家裡。

越 Chưa được cho phép, không được tùy ý đưa bạn đến nhà.

拼 遮的桌肥，空的底意多伴點那

➲ 中 不可以讓朋友來家裡借宿。

越 Không được cho bạn đến nhà ở nhờ.

拼 空的桌伴，點那噁呢

➲ 中 未經許可不可任意外出。

越 Chưa được cho phép không được tự ý đi ra ngoài.

拼 遮的桌肥，空的度宜，低匝外

➲ 中 未經許可，不可使用或拿走雇主的東西。

越 Chưa được cho phép không được dùng hoặc lấy đồ của chủ.

拼 遮的桌肥，空的縱，化低度果主

➲ 中 如果竊取財物就是小偷，送交警方處理。

越 Nếu ăn cắp đồ là ăn trộm , sẽ giao cho cảnh sát xử lý.

拼 牛骯甘裸，鄧骯鎮，寫遭桌感啥駛離

➲ 中 早上六點半開始工作。

越 Sáu giờ rưỡi sáng bắt đầu làm việc.

拼 勺仄蕊嗓，拔豆爛月

➲ 中 要依據時間工作表做事。

越 Phải làm việc theo thời gian biểu công việc.

拼 斐爛月，挑特簪表，工月

➲ 中 要遵守雇主的要求。

Phải tuân theo yêu cầu của chủ.

拼 斐蹲挑，腰夠果主

➲ 中 如有意見要反映，不可以態度惡劣。

越 Nếu có ý kiến muốn phản ánh, thái độ không được gay gắt.

拼 牛國意見，門反昂，台度空的蓋軋

❷ 講電話守則

03

NỘI QUY NÓI ĐIỆN THOẠI
挪位諾電太

➲ 中 工作時間不能講行動電話。

越 Không được nói điện thoại di động trong lúc làm việc.

拼 空的挪電太茲動中盧爛月

➲ 中 未經許可，不可以將雇主家裡的電話告訴他人。

越 Chưa được cho phép không được cho người khác biết số điện thoại nhà chủ.

拼 遮的桌肥，空的遮位卡別熟電太那主

➲ 中 寫信給朋友、家人是很好的聯絡方式。

越 Viết thư cho bạn, người nhà là cách liên lạc rất tốt.

拼 爺禿桌伴，位那辣軋連辣惹奪

➲ 中 與家人和朋友請用信件聯絡，不可任意打電話。

越 Hãy dùng thư từ liên lạc với người nhà và bạn bè, không được tự ý gọi điện thoại.

拼 害縱禿度連辣偉位那，法伴謍，空的度宜貴電太

➲ 中 要用電話要事先告知。

越 Muốn sử dụng điện thoại phải xin phép trước.

拼 門使縱電太，斐新肥折

➲ 中 不可以用電話和朋友聊天。

越 Không được dùng điện thoại nói chuyện với bạn.

拼 空的縱電太，挪賺偉伴

➲ 中 除非有緊急的事情，盡量避免使用電話。

越 Trừ khi có việc khẩn cấp, cố gắng không sử dụng điện thoại.

拼 住科國月肯格，國港空使縱電太

➲ 中 用電話卡打公共電話。

越 Dùng thẻ điện thoại gọi điện thoại công cộng.

拼 縱鐵電太，貴電太公共

➲ 中 可去便利商店買電話卡。

越 Có thể đi cửa hàng tiện lợi mua thẻ điện thoại.

拼 國鐵低更航電類，摸鐵電太

❸ 休假

NGÀY NGHỈ

奈你

➲ 中 休假日要外出，要事先告知雇主。

越 Ngày nghỉ muốn ra ngoài, phải báo trước với chủ.

拼 奈你門匝外，斐奄折偉主

➲ 中 未經雇主同意，不可以隨意外出。

越 Chưa được chủ cho phép, không được tự ý đi ra ngoài.

拼 遮的主桌肥，空的度宜，低匝外

➲ 中 這個禮拜天請不要休假，家裡有客人來。

越 Làm ơn đừng nghỉ chủ nhật này, có khách đến nhà.

拼 爛恩瞪你主呢耐，國卡點那

➲ 中 休假改天再休好不好？

越 Bữa khác nghỉ có được không?

拼 跛卡你國的空

➲ 中 休假日外出，晚上九點以前一定要回來。

越 Ngày nghỉ đi ra ngoài , trước chín giờ tối phải về nhà .

拼 奈你低匝外，爭正唷惰乏也那

➲ 中 休假日不要去不良場所。

越 Ngày nghỉ không được đến những nơi không lành mạnh.

拼 奈你，空的點能內空，浪漫

➲ 中 休假日不可以外宿。

越 Ngày nghỉ không được ngủ qua đêm ở ngoài.

拼 奈你，空的努刮顛，噁外

➲ 中 在外面要注意自己的行為舉止。

越 Ở ngoài phải chú ý hành vi cử chỉ của bản thân.

拼 噁外，斐竹宜漢威，股幾果版吞

❹ 薪水

TIỀN LƯƠNG

店愣

➲ 中 薪水會扣除一些費用後給你。

越 Tiền lương sẽ trừ một số chi phí rồi trả cho cô.

拼 店愣，寫住莫瀆機費，瑞貶桌姑

➲ 中 薪水扣除的費用包括：儲蓄存款、健保費、薪資所得稅。

越 Các chi phí trừ trong tiền lương bao gồm: tiền tiết kiệm, phí bảo hiểm y tế, thuế thu nhập .

拼 軋機費住中頂愣包棍：店跌亙，費保罕醫底，頹禿嫩

➲ 中 薪水扣除三千元做為儲蓄存款。

越 Trong tiền lương trừ ba ngàn làm tiền tiết kiệm.

拼 中店愣，住八難爛店跌亙

➲ 中 這個禮拜天請不要休假，我另外算加班費給你。

越 Chủ nhật này làm ơn đừng nghỉ, tôi tính tiền làm thêm cho cô.

拼 主呢耐爛恩瞪你，堆頂店覽天桌姑

➲ 中 休假日若加班會有加班費。

越 Ngày nghỉ nếu làm thêm sẽ có tiền làm thêm.

拼 奈你牛覽天寫國店覽天

中 這是你的薪水，請簽收。

越 Đây là tiền lương của cô, đề nghị ký nhận.

拼 呆辣店愣果姑，地議記嫩

中 你工作表現很好，這是給你的獎金。

越 Biểu hiện công việc của cô rất tốt, đây là tiền thưởng cho cô.

拼 表漢工月果姑惹奪，呆辣店躺桌姑

中 工作期滿你要續約嗎？

越 Hết hạn làm việc cô có muốn ký hợp đồng tiếp không?

拼 和漢爛月，姑國門記賀動跌空

❺ 服裝儀容

TRANG PHỤC DUNG MẠO

張傳宗貌

➲ 中 請保持自己服裝儀容整潔。

越 Hãy giữ trang phục dung mạo bản thân gọn gàng sạch sẽ.

拼 害子張傳宗貌版吞，棍港散寫

➲ 中 衣服的鈕釦要扣好。

越 Nút quần áo phải cài cẩn thận.

拼 弄棍熬，斐蓋艮褪

➲ 中 不要穿睡衣外出。

越 Không được mặc bộ đồ ngủ ra đường.

拼 空的罵，不度努匝瞪

➲ 中 每天要洗澡、換衣服。

越 Hàng ngày phải tắm, thay quần áo.

拼 沆奈斐膽，胎棍熬

➲ 中 不能穿著暴露不雅的服裝。

越 Không được mặc các loại quần áo hở hang khó coi.

拼 空的罵軋賴棍熬喝沆可歸

➲ 中 注意坐姿，腳不要張得很開、抖腿。

越 Chú ý tư thế ngồi, không được dạng chân, rung đùi.

拼 竹宜都鐵位，空的莽真，宗對

➲ 中 指甲要定期修剪。

越 Phải thường xuyên cắt sửa móng tay.

拼 斐痛宣感捨猛呆

➲ 中 你要煮飯、切菜，不能塗指甲油。

越 Cô phải nấu cơm, thái thức ăn, không được sơn móng tay.

拼 姑斐諾跟，台特安，空的孫猛呆

❻ 生活規範

QUY TẮC TRONG SINH HOẠT

寃達中興化

07

➲ 中 早上起床後、睡覺前要刷牙。

越 Buổi sáng sau khi thức dậy, trước khi đi ngủ phải đánh răng.

拼 踔嗓艘科特在，折科低努斐擔嚷

➲ 中 不要熬夜太晚睡。

越 Không được thức khuya đi ngủ muộn.

拼 空的特虧，低努悶

➲ 中 做完家事身上弄髒、滿身大汗，可以洗澡。

越 Làm xong việc nhà người bẩn, mồ hôi đầy người, có thể đi tắm.

拼 爛雙月那位本，莫揮帶位，國鐵低膽

➲ 中 每隔兩、三天要洗頭。

越 Cứ cách hai, ba ngày phải gội đầu.

拼 股軋嗨，八奈斐貴豆

➲ 中 頭髮髒了要洗。

越 Tóc bẩn rồi phải gội.

拼 奪本瑞斐貴

➲ 中 煮食或餵食前要用肥皂洗手。

越 Trước khi nấu ăn hoặc cho ăn phải dùng xà bông rửa tay.

拼 折科諾安，化桌安，斐縱薩崩惹呆

➲ 中 飯前、便後要用肥皂洗手。

越 Trước khi ăn, sau khi đi vệ sinh phải rửa tay bằng xà bông.

拼 折科安，艘科低衛星，斐惹呆棒薩崩

➲ 中 要隨時保持雙手乾淨。

越 Phải luôn giữ đôi tay sạch sẽ.

拼 斐掄子，堆呆散寫

➲ 中 不要咬指甲、吸吮手指。

越 Không được cắn móng tay, mút ngón tay.

拼 空的趕猛呆，母文呆

➲ 中 要注意乾淨和衛生。

越 Phải chú ý sạch sẽ và vệ sinh.

拼 斐竹宜，散寫法衛星

➲ 中 咳嗽或打噴嚏，要以手（或衛生紙）遮口。

越 Ho hoặc hắt hơi, phải lấy tay(hoặc giấy vệ sinh) che miệng.

拼 豁化哈揮，斐雷呆（化賊衛星）接命

➲ 中 不要當眾挖鼻孔。

越 Không được móc lỗ mũi ở nơi đông người.

拼 空的磨魯每，噁內東位

➲ 中 不要用袖子擦嘴巴。

越 Không được dùng tay áo lau miệng.

拼 空的縱呆熬，撈命

➲ 中 不要碰觸外面的野狗、野貓。

越 Không được rờ vào chó lạ, mèo lạ ở ngoài đường.

拼 空的熱要濁辣，妙辣噁外冷

➲ 中 愛惜家裡的每項設備和用品。

越 Giữ gìn mọi thiết bị và đồ dùng trong nhà.

拼 營忍妹鐵必法度縱中那

➲ 中 請隨手關燈關水。

越 Hãy luôn nhớ tắt đèn đóng vòi nước.

拼 害掄呢達電，懂偉挪

➲ 中 冷氣配合電扇使用，可以省電。

越 Máy lạnh dùng kết hợp với quạt điện, có thể tiết kiệm điện.

拼 埋浪縱給賀偉掛電，國鐵跌民電

➲ 中 不要浪費。

越 Không được lãng phí.

拼 空的浪費

➲ 中 不貪吃。

越 Không tham ăn.

拼 空貪安

➲ 中 不挑食。

越 Không kén ăn.

拼 空簡安

➲ 中 不要用手抓東西吃。

越 Không được dùng tay bốc đồ ăn.

拼 空的縱呆，伯度安

➲ 中 不要大聲地咀嚼食物。

越 Không được nhai đồ ăn lớn tiếng quá.

拼 空的耐度安輪頂寡

➲ 中 不可以亂丟垃圾。

越 Không được vứt rác bừa bãi.

拼 空的我雜播百

➲ 中 聽音樂、廣播不要開大聲。

越 Nghe nhạc, nghe đài không được mở lớn tiếng.

拼 耶吶，耶來空的抹樂定

➲ 中 在公眾場所不要大聲喧嘩。

越 Không được la lối om sòm ở nơi công cộng.

拼 空的拉落翁聳，兒內公共

➲ 中 搭公車、排隊要守規矩，不要爭先恐後。

越 Đáp xe buýt, xếp hàng đàng hoàng giữ trật tự , không được chen lấn xô đẩy.

拼 低撒步一，協沆朗謊營爭等，空的間輪縮歹

➲ 中 過馬路注意安全，要走天橋、人行道。

越 Qua đường chú ý an toàn, phải đi cầu vượt, đường giành cho người đi bộ.

拼 刮瞪竹宜安斷，斐低夠握，瞪讚桌位低步

➲ 中 過馬路遵守紅燈停、綠燈行的交通規則。

越 Qua đường phải tuân hành luật lệ giao thông đèn đỏ dừng lại, đèn xanh đi.

拼 刮瞪，斐東漢落列遭通，電朵贈賴，電餐低

⑦ 煮食須知
NHỮNG ĐIỀU CẦN BIẾT KHI NẤU ĂN
能調民別科那拗安

中 食物要清洗乾淨再煮。

越 Thức ăn phải rửa sạch mới nấu.

拼 特安斐惹散，沒諾

中 菜要先洗再切，以免養分流失。

越 Thức ăn phải rửa trước khi thái, để khỏi bị mất dinh dưỡng.

拼 特安斐熱折科台，底傀必麼增韻

中 處理食物時要注重衛生。

越 Xử lý thức ăn phải chú trọng vệ sinh.

拼 駛離特安斐竹重衛星

中 處理食物前要洗手。

越 Phải rửa tay trước khi xử lý thức ăn.

拼 斐惹呆折科駛離特安

中 食物的烹調器皿要乾淨。

越 Đồ đựng chế biến thức ăn phải sạch sẽ.

拼 度瞪節扁特安斐散寫

➲ 中 切生食、熟食的刀要分開來。

越 Dao xắt thức ăn sống , thức ăn chín phải dùng riêng.

拼 遭上特安悚，特安僅，斐縱扔

➲ 中 切生食、熟食的砧板要分開來。

越 Thớt xắt thức ăn sống, thức ăn chín phải dùng riêng.

拼 陀上特安悚，特安僅，斐縱扔

➲ 中 切肉和切菜的刀要分開來。

越 Dao xắt thịt và dao xắt rau phải dùng riêng.

拼 遭上替，法遭上饒，斐縱扔

➲ 中 洗菜時把菜放在水龍頭下沖洗個四、五次，避免農藥殘留。

越 Khi rửa rau để rau dưới vòi nước xả 4, 5 lần, tránh thuốc trừ sâu còn sót lại.

拼 科惹饒，底饒賊偉挪灑本，囡愣，展陀正收果所賴

➲ 中 不可以用熱水洗菜。

越 Không được dùng nước nóng rửa rau (thức ăn).

拼 空的縱挪能，惹饒（特安）

➲ 中 肉片先用醬油、太白粉、一點酒調勻，醃一會兒。

越 Thịt lát dùng nước tương, bột năng , một chút rượu trộn đều trước , ướp một lúc.

拼 替喇縱挪登，播男，莫竹肉鎮掉折，額莫盧

中 炒菜宜用植物性油，如花生油、橄欖油、葵花子油等。

越 Xào rau hợp dùng dầu thực vật, như dầu đậu phộng, dầu ôliu, dầu hướng dương.

拼 臊饒賀縱奏特問，呢奏豆奉，奏屋溜，奏橫增

中 炒菜時不要放太多鹽及味精。

越 Khi xào rau (thức ăn) không được cho quá nhiều muối và bột ngọt.

拼 科臊饒（特安）空的桌寡扭沒法播握

中 水燒開後，把蓋子打開再煮幾分鐘，讓氯揮發掉。

越 Sau khi nước sôi, mở nắp đun thêm mấy phút, để cờ-lo bay hơi.

拼 艘科挪雖，抹拿蹲添沒福，底各囉掰揮

中 手上有受傷時，煮食要戴上手套。

越 Nếu tay bị thương, nấu ăn phải đeo găng tay.

拼 牛呆必湯，諾安斐掉剛呆

中 清洗碗碟的洗碗精和打掃用的清潔劑不同，不可以混淆使用。

越 Nước rửa chén dĩa và nước tẩy vệ sinh không giống nhau, không được sử dụng lẫn lộn.

拼 挪惹簡，碟法挪歹衛星空總鬧，空的使縱楞論

中 煮食後，鍋碗瓢盆、菜刀等器具要清洗乾淨放好。

越 Nấu nướng xong, nồi niêu xoong chảo, dao phay phải rửa sạch xếp gọn gàng.

拼 諾能雙，內妞雙找，遭非斐惹散協棍港

➲ 中 剩菜等涼了，用保鮮膜包起來，再放進冰箱。

越 Thức ăn thừa đợi nguội, dùng màng giữ tươi bọc lại, mới để vào tủ lạnh.

拼 特安拓對位，縱忙子堆播賴，沒列要賭浪

➲ 中 熱食要等降溫後，才能放入冰箱。

越 Thức ăn nóng phải đợi sau khi nhiệt độ giảm, mới được để vào tủ lạnh.

拼 特安濃斐待艘科鎳度攢，沒的底要賭浪

➲ 中 冰箱的門不要常開，比較省電。

越 Cửa tủ lạnh không nên mở thường xuyên, mối tiết kiệm điện.

拼 葛賭浪空念抹痛宣，沒跌艮電

➲ 中 電鍋的開關等跳起來十五分鐘後再打開。

越 Sau khi công tắc nồi cơm điện nhảy 15 phút mới mở ra.

拼 艘科工達內跟電，乃妹囡福，沒抹匝

➲ 中 離開廚房注意瓦斯要關好。

越 Rời khỏi bếp chú ý phải đóng chặt van ga.

拼 瑞傀北，竹宜斐懂炸，灣嘎

➲ 中 插座有很多插頭，不要同時使用多種電器，以免電力超載。

越 Ổ cắm điện có rất nhiều lỗ cắm, không được cùng lúc sử dụng nhiều loại đồ điện, để tránh điện quá tải.

拼 我感電國熱扭魯感，空的共盧使縱扭賴度電，底展電寡歹

➲ 中 微波爐、電磁爐很耗電，不要同時使用同一插座。

越 Lò vi ba, bếp điện từ rất hao điện, không được cùng lúc dùng chung một ổ cắm.

拼 落威八，北電鍍熱蒿電，空的共盧縱中莫我感

➲ 中 電器用品用完電源要關掉、電線要拔掉。

越 Đồ điện dùng xong phải tắt điện nguồn, rút dây điện ra.

拼 度電縱雙斐達電問，如哉電匝

➲ 中 電器的插頭要插牢，不要鬆動。

越 Phích cắm đồ điện phải cắm chặt, không được lỏng lẻo.

拼 肥感度電斐感炸，空的籠了

➲ 中 手部潮濕時，不要使用電器用品，以免觸電。

越 Khi tay bị ướt, không được sử dụng đồ điện, để tránh điện giật.

拼 科呆必額，空的使縱度電，底展電怎

❽ 稱謂用語

CÁCH XƯNG HÔ

格僧呼

中 先生
羅 【shian sheng】
越 Ông (Ông chủ)
拼 翁（翁主）

中 奶奶
羅 【nai nai】
越 Bà nội
拼 霸（霸內）

中 太太
羅 【tai tai】
越 Bà (Bà chủ)
拼 霸（霸主）

中 哥哥
羅 【ge ge】
越 Anh trai
拼 安摘

中 小姐
羅 【shiau jieh】
越 Cô (Cô chủ)
拼 姑（姑主）

中 姊姊
羅 【jieh jieh】
越 Chị gái
拼 記改

中 爸爸
羅 【pa pa】
越 Ba (Bố)
拼 爸（伯）

中 弟弟
羅 【di di】
越 Em trai
拼 煙摘

中 媽媽
羅 【ma ma】
越 Mẹ (Má)
拼 滅（麻）

中 妹妹
羅 【mei mei】
越 Em gái
拼 煙改

中 爺爺
羅 【ieh ieh】
越 Ông nội
拼 翁（翁內）

★【 】內為羅馬拼音，讓越南移工．看護學中文

❾ 禮貌用語

CÁCH NÓI LỄ PHÉP

軋挪禮肥

中 您好
羅 【nien hau】
越 Xin chào Ông
拼 新照翁

中 晚安
羅 【uan an】
越 Chào buổi tối
拼 照䟢對

中 大家好
羅 【da jia hau】
越 Xin chào mọi người
拼 新照妹位

中 再見
羅 【tzai jian】
越 Tạm biệt
拼 但㢟

中 還好
羅 【hai hau】
越 Cũng tạm
拼 羣但

中 明天見
羅 【mieng tian jian】
越 Ngày mai gặp
拼 奈埋尬

中 早安
羅 【tzau an】
越 Chào buổi sáng
拼 照䟢嗓

中 謝謝
羅 【shien shien】
越 Cám ơn
拼 感恩

中 午安
羅 【u an】
越 Chào buổi trưa
拼 照䟢遮

中 不客氣
羅 【bu ke chi】
越 Đừng khách sáo
拼 瞪卡掃

中 對不起
羅 【duei bu chi】
越 Xin lỗi
拼 新壘

中 借過
羅 【jieh guo】
越 Cho qua
拼 左娃

中 沒關係
羅 【mei kuan shi】
越 Không sao
拼 空艘

中 歡迎回來
羅 【huan ieny huei lai】
越 Hoan nghênh trở về
拼 歡迎者業

中 請慢走
羅 【chienh man tzou】
越 Đi đường cẩn thận
拼 低瞪艮褪

中 請慢用
羅 【chieng man yueng】
越 Mời dùng bữa
拼 妹縱跛

中 請問
羅 【chieng uen】
越 Xin hỏi
拼 新毀

中 沒問題
羅 【mei uen ti】
越 Không thành vấn đề
拼 空坦穩地

中 下次不會再犯錯
羅【shia ts bu huei tzai fan tsuo】
越 Lần sau sẽ không phạm lỗi nữa
拼 楞艘寫空犯壘挪

中 有事交代嗎？
羅【iou sh jian dai ma】
越 Có việc dặn lại không?
拼 國月讚賴空

中 有人在家嗎？
羅【iou ren tzai jia ma】
越 Có người ở nhà không?
拼 國位噁那空

中 您什麼時候回來？
羅【nien shen mo sh hou huei lai】
越 Khi nào Ông về?
拼 科鬧翁業

中 您什麼時候下班？
羅【nien shen mo sh hou shia ban】
越 Khi nào Ông tan sở ?
拼 科鬧翁單舌

中 要看報紙嗎？
羅【iau kan bau j ma】
越 Muốn xem báo không ạ?
拼 門先雹空阿

中 要喝水嗎？
羅 【iau he shuei ma】
越 Muốn uống nước không ạ?
拼 門瓮挪空阿

中 明天要幾點起床？
羅 【mieng tian iau ji dian chi shuang】
越 Ngày mai mấy giờ phải thức dậy ạ?
拼 奈埋沒仄斐特在阿

中 你吃飽了嗎？
羅 【ni ch bau le ma】
越 Ông ăn no chưa ạ?
拼 翁安呢遮阿

中 我吃飽了。
羅 【uo ch bau le】
越 Tôi ăn no rồi.
拼 堆安呢瑞

中 我吃不下。
羅 【uo ch bu shia】
越 Tôi không ăn nổi nữa .
拼 堆空安挪能

★【】內為羅馬拼音，讓越南移工・看護學中文

⑩ 聊天話題

ĐỀ TÀI NÓI CHUYỆN

底帶挪賺

雇主說說看 CHỦ THỬ NÓI XEM
主土挪先

➲ 中 你家有幾個人？

越 Nhà cô có mấy người?

拼 那姑國沒位

➲ 中 你有結婚嗎？

越 Cô lập gia đình chưa?

拼 姑樂匝定遮

➲ 中 你有幾個小孩？

越 Cô có mấy con?

拼 姑國沒關

➲ 中 你家是做什麼的？

越 Gia đình cô làm nghề gì?

拼 匝定姑爛業記

➲ 中 你信仰什麼宗教？

越 Cô theo Đạo gì?

拼 姑挑道記

➲ 中 你喜歡看電視嗎？

越 Cô thích xem ti vi không?

拼 姑提先低意空

➲ 中 來台灣生活習慣嗎？

越 Đến Đài loan sống có quen không?

拼 點帶巒悚國關空

➲ 中 工作會不會很累？

越 Công việc có vất vả quá không?

拼 工月國文雅寡空

➲ 中 你不吃什麼？

越 Món gì cô không ăn ?

拼 門記姑空安

➲ 中 你愛吃什麼？

越 Cô thích ăn gì?

拼 姑提安記

➲ 中 你叫什麼名字？

越 Cô tên là gì?

拼 姑顛辣記

➲ 中 工作上有沒有問題？

越 Công việc có vấn đề gì không?

拼 工月國穩地記空

➲ 中 生活上還習慣嗎？

越 Cuộc sống hàng ngày đã quen chưa?

拼 過悚沆奈打闗遮

➲ 中 你有空嗎？

越 Cô có rảnh không?

拼 姑國染空

➲ 中 你放假去哪裡玩？

越 Được nghỉ cô đi đâu chơi?

拼 的你姑低都追

➲ 中 你放假幾點會回來？

越 Ngày nghỉ mấy giờ cô mới về ?

拼 奈你沒仄姑末也

➲ 中 有問題請仲介公司的翻譯來。

越 Nếu có vấn đề hãy mời phiên dịch của công ty môi giới đến.

拼 牛國穩地，害妹偏字，果公低妹賊點

➲ 中 我今天會比較晚回來。

越 Hôm nay tôi sẽ về muộn một chút.

拼 昏耐堆寫業悶莫竹

⑪ 時間用語

TỪ CHỈ THỜI GIAN

度幾特簪

中 今天星期幾？
越 Hôm nay thứ mấy ?
拼 昏耐圖沒

中 星期二
越 Thứ ba
拼 圖八

中 現在幾點？
越 Bây giờ mấy giờ ?
拼 掰仄沒仄

中 星期三
越 Thứ tư
拼 圖嘟

中 要花多久時間？
越 Phải tốn bao nhiêu thời gian ?
拼 非動包憂特央

中 星期四
越 Thứ năm
拼 圖囡

中 明天有放假
越 Ngày mai được nghỉ
拼 奈埋的你

中 星期五
越 Thứ sáu
拼 圖掃

中 星期一
越 Thứ hai
拼 圖嗨

中 星期六
越 Thứ bảy
拼 圖百

中 星期日（天）
越 Chủ nhật
拼 主嫩

中 下午
越 Buổi chiều
拼 跛叫

中 今天
越 Hôm nay
拼 昏耐

中 白天
越 Ban ngày
拼 班奈

中 明天
越 Ngày mai
拼 奈埋

中 晚上
越 Buổi tối
拼 跛對

中 後天
越 Ngày mốt
拼 奈磨

中 半夜
越 Nửa đêm
拼 諾顛

中 昨天
越 Hôm qua
拼 昏刮

中 上個月
越 Tháng trước
拼 糖折

中 上午
越 Buổi sáng
拼 跛嗓

中 這個月
越 Tháng này
拼 糖耐

中 中午
越 Buổi trưa
拼 跛遮

中 下個月
越 Tháng sau
拼 糖艘

⑫ 計量單位

ĐƠN VỊ ĐO LƯỜNG

單位多楞

中 1
越 Một
拼 莫

中 6
越 Sáu
拼 掃

中 2
越 Hai
拼 嗨

中 7
越 Bảy
拼 百

中 3
越 Ba
拼 八

中 8
越 Tám
拼 膽

中 4
越 Bốn
拼 本

中 9
越 Chín
拼 僅

中 5
越 Năm
拼 囡

中 10
越 Mười
拼 妹

中 百
越 Trăm
拼 沾

中 斤
越 Cân (Đài-Loan)
拼 跟（來朗）

中 千
越 Ngàn
拼 難

中 杯
越 Ly (Cốc)
拼 哩（國）

中 萬
越 Vạn (Chục ngàn)
拼 萬（住難）

中 （幾）點
越 (Mấy) giờ
拼 （沒）仄

中 個
越 Chiếc (Cái)
拼 節（改）

中 （幾）分
越 (Mấy) phút
拼 （沒）福

⑬ 幣值單位

ĐƠN VỊ TIỀN TỆ

單位頂跌

中 1 元
越 Một đồng
拼 莫懂

中 500 元
越 Năm trăm đồng
拼 囡沾懂

中 5 元
越 Năm đồng
拼 難懂

中 1000 元
越 Một ngàn đồng
拼 莫難懂

中 10 元
越 Mười đồng
拼 妹懂

中 2000 元
越 Hai ngàn đồng
拼 嗨難懂

中 50 元
越 Năm mươi đồng
拼 難妹懂

中 5000 元
越 Năm ngàn đồng
拼 囡難懂

中 100 元
越 Một trăm đồng
拼 莫沾懂

中 1 萬元
越 Một vạn đồng (Một chục ngàn)
拼 莫萬懂（莫住難）

中 200 元
越 Hai trăm đồng
拼 嗨沾懂

Part 2

飲食烹飪

NẤU NƯỚNG ĂN UỐNG

諾能安飠

❶ 吃早餐

ÁN SÁNG
安嗓

CHỦ THỬ NÓI XEM
主土挪先

➲ 中 早上七點吃早餐。

越 Buổi sáng bảy giờ ăn sáng.

拼 北嗓百仄安嗓

➲ 中 去早餐店買。

越 Đi tiệm bán đồ ăn sáng mua.

拼 低店半裸骯嗓摸

➲ 中 去買豆漿、燒餅、油條。

越 Đi mua sữa đậu nành, bánh nướng, bánh dầu chao quẩy.

拼 低摸捨豆難，綁能，綁奏招鬼

➲ 中 去買漢堡、冰奶茶和紅茶。

越 Đi mua bánh hamburger, trà sữa đá và hồng trà.

拼 低摸綁漢播哥，炸捨達法轟炸

➲ 中 煎四個荷包蛋。

越 Chiên bốn quả trứng ốp-la.

拼 煎本寡整無拉

➲ 中 蛋很有營養。

越 Trứng rất có dinh dưỡng.

拼 整熱國增䭾

➲ 中 給孩子們一人一杯牛奶。

越 Cho bọn trẻ một đứa một ly sữa.

拼 桌笨解，莫朵，莫哩捨

➲ 中 要喝果汁或牛奶？

越 Muốn uống nước trái cây hay sữa bò ?

拼 門瓮挪宅該，害捨播

➲ 中 吐司烤焦一點。

越 Bánh mì nướng cháy một chút.

拼 綁密能宅莫竹

➲ 中 牛奶微波後，再倒給大家喝。

越 Hâm sữa bằng lò vi ba, rồi rót cho mọi người uống.

拼 昏捨棒落威八，瑞若桌妹位瓮

➲ 中 今天早上吃稀飯。

越 Sáng nay ăn cháo trắng.

拼 嗓耐安找漲

➲ 中 吃地瓜稀飯配一些醬菜。

越 Ăn cháo khoai lang với một ít dưa muối .

拼 安找快浪偉莫宜惹妹

➲ 中 鹹蛋可以配稀飯。

越 Trứng muối có thể kèm cháo trắng.

拼 整妹國鐵亙找漲

➲ 中 我早上吃素。

越 Buổi sáng tôi ăn chay.

拼 跛嗓堆安摘

➲ 中 老太太早上吃素。

越 Bà cụ buổi sáng ăn chay

拼 霸故北嗓安摘

➲ 中 幫吃素者準備食物，不可以摻肉類、豬油、蔥、蒜。

越 Chuẩn bị đồ ăn giúp người ăn chay, không được để lẫn thịt, mỡ heo, hành, tỏi.

拼 准必度安族位安摘，空的底冷替，抹蒿，漢，對

➲ 中 給我一份早餐。

越 Cho tôi một xuất ăn sáng.

拼 桌堆莫所安嗓

➲ 中 我沒時間吃早餐了。

越 Tôi không kịp ăn sáng rồi.

拼 堆空僅安嗓瑞

➲ 中 不用準備，我自己去買。

越 Không cần chuẩn bị, tôi tự đi mua.

拼 空亙准必，堆度低摸

單字一點通

TỪ MỚI – DỄ HỌC DỄ NHỚ

度每 - 子賀子呢

中 豆漿
越 Sữa đậu nành
拼 捨豆難

中 饅頭
越 Bánh bao không nhân
拼 綁包空嫩

中 米漿
越 Sữa gạo
拼 捨告

中 飯糰
越 Xôi nếp
拼 說年

中 燒餅
越 Bánh nướng
拼 綁能

中 稀飯
越 Cháo trắng
拼 找漲

中 油條
越 Bánh dầu chao quẩy
拼 綁奏招鬼

中 醬瓜
越 Dưa leo (=chuột) muối
拼 仄料（= 主）妹

中 包子
越 Bánh bao có nhân
拼 綁包國嫩

中 鹹蛋
越 Trứng muối
拼 整沒

中 麵筋
越 Bột chao
拼 伯招

中 奶茶
越 Trà sữa
拼 炸捨

中 豆腐乳
越 Chao (Đậu phụ nhự)
拼 招（豆腐呢）

中 咖啡
越 Cà phê
拼 尬非

中 蘿蔔糕
越 Bánh bột củ cải
拼 綁播股改

中 紅茶
越 Hồng trà
拼 轟炸

中 蛋餅
越 Bánh trứng
拼 綁整

中 牛奶
越 Sữa bò
拼 捨播

中 漢堡
越 Bánh hamburger
拼 綁漢播哥

中 麥片
越 Ngũ Cốc
拼 五郭

中 麵包
越 Bánh mì
拼 綁密

中 果醬
越 Mứt trái cây
拼 麼宅該

中 奶油
越 Bơ
拼 撥

中 三明治
越 Bánh sandwich
拼 綁三於趣

中 火腿
越 Dăm bông
拼 簪崩

中 吐司
越 Bánh mì lạt
拼 綁密辣

中 培根
越 Ba rọi xông khói
拼 八作鬆睽

中 花生醬
越 Tương đậu phộng
拼 登豆奉

❷ 吃午餐

ĂN TRƯA

安遮

CHỦ THỬ NÓI XEM
主土挪先

中 中午十二點吃午飯。

越 Mười hai giờ trưa ăn cơm trưa.

拼 妹嗨仄遮安跟遮

中 午餐簡單點，不用太豐盛。

越 Bữa trưa đơn giản một chút, không cần quá phong phú.

拼 跛遮單攢莫竹，空亙寡豐福

中 中午吃麵好了。

越 Buổi trưa ăn mì được rồi.

拼 跛遮安密的瑞

中 給我一盤蛋炒飯。

越 Cho tôi một dĩa cơm chiên trứng .

拼 桌堆莫碟，跟京整

中 把菜熱一下就可以了。

越 Hâm nóng đồ ăn một chút là được rồi.

拼 昏濃度安莫竹，辣的瑞

➲ 中 我不回來吃午餐。

越 Tôi không về ăn trưa.

拼 堆空業安遮

➲ 中 今天中午你自己吃，我們不在家。

越 Trưa nay cô tự ăn, chúng tôi không ở nhà.

拼 遮耐姑度安，種堆空噁那

➲ 中 幫孩子準備中午的便當。

越 Chuẩn bị cơm hộp buổi trưa cho trẻ con.

拼 准必跟貨跛遮，桌解關

➲ 中 我們中午出去吃。

越 Buổi trưa chúng tôi ra ngoài ăn.

拼 跛遮種堆匝外安

➲ 中 打電話訂披薩吧！

拼 Gọi điện đặt bánh Pizza đi!

拼 貴電大綁批匝低

➲ 中 打電話訂便當。

越 Gọi điện thoại đặt cơm hộp.

拼 貴電太大跟貨

主雇溝通篇
CHỦ VÀ NGƯỜI GIÚP VIỆC ĐỐI THOẠI
主法位族月對太

太太（先生），今天回來吃午餐嗎？

越 Bà chủ(Ông chủ), hôm nay có về ăn trưa không ạ ?

拼 霸主（翁主），昏耐國業那安遮空阿

不用，我有事。

越 Không, tôi có việc.

拼 空，堆國月

中午吃水餃可以嗎？

越 Buổi trưa ăn bánh xếp có được không ?

拼 跛遮安半先國的空

可以！再煮一個青菜蛋花湯。

越 Được! Nấu thêm một món canh trứng rau.

拼 的！諾添莫門甘整饒

單字一點通

TỪ MỚI – DỄ HỌC DỄ NHỚ

度每 - 子賀子呢

中 便當
越 Cơm hộp
拼 跟貨

中 燴飯
越 Cơm thập cẩm
拼 跟特艮

中 披薩
越 Bánh Pizza
拼 綁批匝

中 速食
越 Thức ăn nhanh
拼 特安囡

中 麵
越 Mì
拼 密

中 自助餐廳
越 Tiệm ăn món tự chọn
拼 店安門度鎮

中 蛋炒飯
越 Cơm chiên trứng
拼 跟京整

中 素菜館
越 Tiệm ăn chay
拼 店安摘

③ 吃晚餐

ĂN TỐI

安對

CHỦ THỬ NÓI XEM
主土挪先

➲ 中 晚上七點吃晚飯。

越 **Bảy giờ tối ăn bữa tối.**

拼 北仄對安跛對

➲ 中 今天的晚餐我來煮。

越 **Bữa tối nay để tôi nấu.**

拼 跛對耐，底堆諾

➲ 中 你在旁邊看我煮菜。

越 **Cô ở bên cạnh xem tôi nấu.**

拼 姑噁邊幹，先堆諾

➲ 中 我教你煮一些台灣家常菜。

越 **Tôi dạy cô nấu một số món Đài-Loan thường ăn .**

拼 堆在姑諾，莫牘門，帶巒疼安

➲ 中 晚餐吃什麼？

越 **Bữa tối ăn gì?**

拼 跛對安記

2 飲食烹飪

NẤU NƯỚNG ĂN UỐNG
諾能安飬

➲ 中 炒一個蕃茄炒蛋、蛤蜊冬瓜湯。

越 Xào một món trứng xào cà chua, canh bí nấu ngao .

拼 腺莫門整腺尬桌，甘比鬧繞

➲ 中 熬點骨頭當高湯。

越 Hầm một chút xương làm nước canh.

拼 恨莫竹僧爛挪甘

➲ 中 天氣冷吃火鍋好棒。

越 Trời lạnh ăn lẩu rất tuyệt.

拼 這浪安簍熱對

➲ 中 什麼時候可以吃晚餐？

越 Khi nào có thể ăn tối ?

拼 科鬧國鐵安對

➲ 中 今天晚餐真好吃。

越 Bữa tối nay ngon quá.

拼 跛對耐灣寡

➲ 中 你真會做菜。

越 Cô nấu ăn khá lắm.

拼 姑諾安卡藍

➲ 中 肉有點焦了！

越 Thịt hơi khét rồi!

拼 替揮可瑞

➲ 中 我在忙，等會再吃。

越 Tôi đang bận, đợi chút rồi ăn.

拼 堆當笨，對竹瑞安

➲ 中 把菜熱一熱，涼掉了。

越 Hâm nóng lại đồ ăn , nguội hết rồi .

拼 昏濃賴度安，位何瑞

➲ 中 有客人要來吃晚飯。

越 Có khách sắp tới ăn tối.

拼 國卡啥得安對

➲ 中 飯要多煮一些。

越 Cơm phải nấu nhiều một chút.

拼 跟斐諾扭莫竹

➲ 中 多準備兩份碗筷。

越 Chuẩn bị thêm hai phần chén đũa.

拼 准必添嗨份簡朵

➲ 中 多炒一個青菜。

越 Xào thêm một món rau.

拼 臊添莫門饒

➲ 中 晚上要準備宵夜。

越 Buổi tối phải chuẩn bị bữa ăn khuya.

拼 跛對斐准必跛安虧

➲ 中 不用煮了，去外面吃。

越 Khỏi nấu, đi ra ngoài ăn.

拼 傀諾，低匝外安

➲ 中 我今天不回來吃飯。

越 Hôm nay tôi không về ăn cơm.

拼 昏耐堆空業安跟

➲ 中 晚上要烤肉。

越 Buổi tối sẽ nướng thịt.

拼 跛對寫能替

➲ 中 要買木炭、火種、紙盤子。

越 Phải mua than củi , mồi lửa, dĩa giấy.

拼 斐摸炭貴，妹裸，移崖

➲ 中 烤肉架先清乾淨。

越 Giá nướng thịt phải rửa sạch trước.

拼 雜能替斐惹散折

➲ 中 準備一下要吃的材料。

越 Chuẩn bị nguyên liệu các món.

拼 准必寃料軋門

➲ 中 肉要先醃好。

越 Thịt phải ướp trước.

拼 替斐額折

➲ 中 魚丸用竹籤串起來。

越 Dùng que tre xiên cá viên.

拼 縱歸接先軋鴛

➲ 中 不要讓孩子靠近炭火。

越 Đừng để bọn trẻ lại gần lửa than.

拼 瞪底笨解賴亙裸炭

➲ 中 肉片要塗上烤肉醬。

越 Phải phết tương nướng thịt lên miếng thịt.

拼 斐肥登能替楞名替

➲ 中 用吐司夾肉。

越 Lấy bánh mì lạt kẹp thịt.

拼 雷綁密辣各替

➲ 中 肉不要烤焦了！

越 Thịt đừng nướng khét đấy !

拼 替瞪能可歹

主雇溝通篇
CHỦ VÀ NGƯỜI GIÚP VIỆC ĐỐI THOẠI
主法位族月對太

今天晚上要煮什麼湯？

越 Tối nay phải nấu canh gì ?

拼 對耐斐諾甘記

冰箱裡還有什麼？

越 Trong tủ lạnh còn những gì ?

拼 中賭浪棍能記

沒有菜了。

越 Hết thức ăn rồi.

拼 和特安瑞

那就開一個罐頭煮玉米濃湯吧！

越 Vậy thì mở đồ hộp nấu súp bắp đi !

拼 位替抹度貨，諾俗拔低

單字一點通
TỪ MỚI – DỄ HỌC DỄ NHỚ
度每 - 子賀子呢

中 湯
越 Canh (Súp)
拼 甘（俗）

中 蛤蜊冬瓜湯
越 Canh bí nấu ngao
拼 甘比鬧繞

中 青菜
越 Rau
拼 饒

中 高湯
越 Nước canh
拼 挪甘

中 白飯
越 Cơm trắng
拼 跟漲

中 火鍋
越 Lẩu
拼 嘍

中 蕃茄炒蛋
越 Trứng xào cà chua
拼 整臊尬桌

中 罐頭
越 Đồ hộp
拼 度貨

中 菜脯蛋
越 Trứng chiên cư cải
拼 整煎古改

中 冰箱
越 Tủ lạnh
拼 賭浪

中 宵夜
越 Ăn khuya
拼 安虧

中 烤肉刷
越 Cọ phết tương nướng thịt
拼 國肥登能替

中 烤肉
越 Nướng thịt (B.B.Q)
拼 能替（八逼九）

中 木炭
越 Than củi
拼 炭骨

中 烤肉醬
越 Tương nướng thịt
拼 登能替

中 火種
越 Mồi lửa
拼 妹裸

中 烤肉網
越 Vỉ nướng thịt
拼 偉能替

中 竹籤
越 Que tre
拼 歸接

中 烤肉架
越 Giá nướng thịt
拼 雜能替

中 紙盤子
越 Dĩa giấy
拼 碟賊

④ 做菜

NẤU ĂN
鬧安

CHỦ THỬ NÓI XEM
主土挪先

➲ 中 你該去煮飯了。

越 Cô nên đi nấu cơm rồi.

拼 姑念低諾跟瑞歹

➲ 中 把桌上收拾乾淨。

越 Dọn bàn gọn gàng sạch sẽ.

拼 怎辦棍港散寫

➲ 中 菜不要太鹹。

越 Thức ăn đừng mặn quá.

拼 特安瞪慢寡

➲ 中 晚飯做四菜一湯。

越 Bữa tối làm bốn món thức ăn và một món canh.

拼 跛對爛本門特安，法莫門乾

➲ 中 開飯前要準備每個人的碗、筷。

越 Trước khi ăn cơm phải chuẩn bị chén, đũa cho mọi người.

拼 折科安跟，斐准必簡，朵桌妹位

➲ 中 飯菜準備好，要先請雇主及家人吃飯。

越 Chuẩn bị xong cơm và thức ăn, phải mời ông bà chủ và người nhà ăn cơm.

拼 准必雙跟法特安，斐妹翁霸主，法位那安跟折

➲ 中 今天有客人來，多做二道菜。

越 Hôm nay có khách đến, làm thêm hai món thức ăn.

拼 昏耐國卡點，爛添嗨門特安

➲ 中 我不吃。

越 Tôi không ăn.

拼 堆空安

➲ 中 很好吃。

越 Rất ngon.

拼 熱灣

➲ 中 飯後準備水果。

越 Sau khi ăn cơm chuẩn bị trái cây.

拼 艘科安跟，准必宅該

➲ 中 去切水果。

越 Đi gọt trái cây.

拼 低各宅該

➲ 中 今天不用煮飯，我們去外面吃。

越 Hôm nay khỏi nấu cơm , chúng tôi đi ra ngoài ăn.

拼 昏耐傀諾跟，種對低匝外安

➲ 中 晚上不用煮飯，我要去喝喜酒。

越 Buổi tối khỏi nấu cơm, tôi đi ăn tiệc cưới.

拼 跛對傀諾跟，堆低安爹格

➲ 中 大火炒一下。

越 Vặn lửa lớn xào qua.

拼 萬裸輪臊刮

➲ 中 油熱了再下鍋。

越 Dầu nóng rồi mới cho vào nồi.

拼 奏濃瑞沒桌要內

➲ 中 小心！很燙！

越 Cẩn thận ! Nóng lắm !

拼 艮褪！濃藍

➲ 中 小火燜一下。

越 Vặn lửa nhỏ om một lát.

拼 萬裸諾溫莫剌

➲ 中 燉爛一點。

越 Hầm mềm một chút.

拼 恨面莫竹

➲ 中 燒焦了！

越 Bị khét rồi !

拼 必可瑞

➲ 中 把肉拿出來解凍。

越 Lấy thịt ra làm tan đá.

拼 雷替匝爛單達

➲ 中 肉還沒煮熟。

越 Thịt nấu vẫn chưa chín.

拼 替諾穩遮僅

➲ 中 肉要用前，先燙一下。

越 Thịt phải luộc qua nước nóng trước khi nấu.

拼 替斐隴刮挪濃，折科鬧

➲ 中 洗三杯米。

越 Vo ba lon gạo.

拼 謅八掄告

2 飲食烹飪

NẤU NƯỚNG ĂN UỐNG
諾能安甕

中 洗米煮飯。

越 Vo gạo nấu cơm.

拼 謅告諾跟

中 把湯熱一熱！

越 Hâm nóng canh một chút !

拼 昏濃甘莫竹

中 切成細絲。

越 Xắt thành miến sợi .

拼 上探命遂

中 切成一片片的。

越 Xắt thành từng lát.

拼 上探瞪剌

中 切成一塊一塊的。

越 Xắt thành từng miếng.

拼 上探瞪名

中 這個要削皮。

越 Cái này phải gọt vỏ.

拼 改耐斐各我

中 這些要切丁。

越 Chỗ này phải thái hạt lựu.

拼 主耐斐台哈六

中 這個要搗碎。

越 Cái này phải giã nhừ.

拼 改耐斐雜怒

中 把這些剁碎。

越 Băm nhừ những cái này.

拼 辦怒能改耐

中 包餃子的菜切細一點。

越 Rau gói bánh xếp phải xắt nhỏ một chút.

拼 饒軌半些斐上諾莫竹

中 餃子菜和肉的比例 2：1 剛剛好。

越 Tỷ lệ rau làm bánh xếp gấp đôi thịt là vừa.

拼 底力饒爛半些，各堆替辣握

中 水滾了再下餃子。

越 Nước sôi mới cho bánh xếp vào.

拼 挪雖沒桌半些要

中 好臭！

越 Hôi quá！

拼 揮寡

中 魚腥味好重！

越 Mùi cá tanh quá！

拼 妹軋單寡

中 不新鮮了。

越 Không tươi rồi.

拼 空堆瑞

中 食品過期就不能吃了。

越 Thức ăn đã quá hạn không được ăn nữa.

拼 特安打寡漢空的安挪

中 這個不行放入微波爐。

越 Cái này không được cho vào lò vi ba.

拼 改耐空的桌要落威八

中 老太太初一、十五吃素。

越 Mùng một, ngày rằm bà cụ ăn chay.

拼 夢莫，奈染霸故安摘

中 老太太吃純素，魚、肉、蛋、奶都不吃。

越 Bà cụ ăn chay hoàn toàn, cá, thịt, trứng, sữa đều không ăn.

拼 霸故安摘換斷，軋，替，整，搖掉空安

中 請你煮一些家鄉菜讓我們嚐嚐。

越 Đề nghị cô nấu mấy món quê hương cho chúng tôi nếm thử.

拼 地議姑諾沒門歸亨桌種堆念土

越南移工・看護說說看 NGƯỜI GIÚP VIỆC THỬ NÓI XEM 位族月疼挪先

中 幾點用餐？

羅【ji dian yueng tsan】

越 Mấy giờ dùng bữa ạ ?

拼 沒仄縱跛阿

中 菜合胃口嗎？

羅【tsai he uei kou ma】

越 Thức ăn có hợp khẩu vị không ?

拼 特安國賀口味空

中 菜要怎麼煮？

羅【tsai iau tza mo ju】

越 Thức ăn phải nấu thế nào ?

拼 特安斐諾鐵鬧

中 還要添飯嗎？

羅【hai iau tian fan ma】

越 Có cần thêm cơm không ?

拼 國互添跟空

中 需要準備什麼點心？

羅【shyu iau jyuen bei shen mo dian shien】

越 Phải chuẩn bị đồ điểm tâm gì ?

拼 斐准必度點燈記

中 請用餐。
羅【chieng yueng tsan】
越 Mời dùng bữa.
拼 妹總跛

中 要喝什麼？
羅【iau he shem mo】
越 Muốn uống gì ?
拼 門瓮記

中 還需要別的嗎？
羅【hai shyu iau bie de ma】
越 Có cần gì nữa không ạ ?
拼 國亙記挪空阿

中 好不好吃？
羅【hau byu hau chi】
越 Có ngon không ?
拼 國灣空

★【】內為羅馬拼音，讓越南移工．看護學中文

⑤ 煮麵

NẤU MÌ

鬧美

（1）煮湯麵 NẤU MÌ NƯỚC

➲ 中 煮麵時，鍋子裡先放半鍋水。

越 Khi nấu mì, cho vào trước nửa nồi nước.

拼 科諾密，桌要折諾內挪

➲ 中 先把鍋內水煮開，再把麵條放進去。

越 Đun nước trong nồi sôi trước mới cho mì vào.

拼 蹲挪中內雖折，沒桌密要

➲ 中 用筷子攪一攪，免得麵條黏在一起。

越 Lấy đũa quấy, để mì khỏi dính vào nhau.

拼 雷朵軌，底密傀贈要鬧

➲ 中 轉到中火，煮約五分鐘即可。

越 Vặn lửa trung bình, nấu khoảng 5 phút là được.

拼 萬裸中並，諾況囡福辣的

➲ 中 把麵撈起，放入湯裡、加料。

越 Vớt mì ra, trút vào canh, thêm gia vị.

拼 我密匝，主要乾，添匝味

（2）炒麵、涼麵 MÌ XÀO, MÌ TRỘN 美臊，美鎮

➲ 中 煮麵時，鍋子裡先放半鍋水。

越 Khi nấu mì, cho vào trước nửa nồi nước.

拼 科諾密，桌要折諾內挪

➲ 中 先把鍋內水煮開，再把麵條放進去。

越 Đun nước trong nồi sôi trước mới cho mì vào.

拼 蹲挪中內雖折，沒桌密要

➲ 中 用筷子攪一攪，免得麵條黏在一起。

越 Lấy đũa quấy, để mì khỏi dính vào nhau.

拼 雷朵軌，底密傀贈要鬧

➲ 中 轉到中火，煮約五分鐘即可。

越 Vặn lửa trung bình, nấu khoảng 5 phút là được.

拼 萬裸中並，諾況難福辣的

➲ 中 把麵撈起，用冷開水快速沖一下、瀝乾。

越 Vớt mì ra, lấy nước sôi nguội dội qua, để ráo nước.

拼 我密匝，雷挪雖位最刮，底饒挪

➲ 中 加一點沙拉油拌勻，加上配料即可食用。

越 Cho một chút dầu salát trộn đều, cho thêm gia vị là ăn được.

拼 桌莫竹奏撒剌鎮掉，桌添匝味，辣安的

❻ 調味料

GIA VỊ

匜味

中 鹽
越 Muối
拼 沒

中 蔥
越 Hành
拼 漢

中 糖
越 Đường
拼 瞪

中 蒜
越 Tỏi
拼 對

中 沙拉油
越 Dầu Salát
拼 奏撒剌

中 薑
越 Gừng
拼 更

中 橄欖油
越 Dầu Ôliu
拼 奏屋溜

中 辣椒
越 Ớt
拼 額

中 醬油
越 Nước tương (Xì dầu)
拼 挪登（係奏）

中 黑胡椒
越 Tiêu đen
拼 丟顛

中 酒
越 Rượu
拼 肉

中 甜辣醬
越 Tương ớt ngọt
拼 登額握

中 黑醋
越 Dấm đen
拼 怎顛

中 牛排醬
越 Tương bít-tết bò
拼 登比碟播

中 白醋
越 Dấm trắng
拼 怎漲

中 太白粉
越 Bột năng
拼 播囊

中 味精
越 Bột ngọt
拼 播握

中 地瓜粉
越 Bột khoai lang
拼 播快浪

中 麻油
越 Dầu mè
拼 奏滅

中 麵粉
越 Bột mì
拼 播密

中 辣椒醬
越 Tương ớt
拼 登額

⑦ 烹調法

CÁCH NẤU

軋鬧

中	越	拼
煎	Rán (Chiên)	然（煎）
燜	Hầm (=Om)	喊（= 溫）
煮	Nấu	諾
清蒸	Hấp	哈
炒	Xào	臊
紅燒	Kho	科
炸	Chiên giòn	煎讚
涼拌	Trộn	鎮
烤	Nướng	能
汆燙	Nhúng nước nóng (Trụng nước nóng)	濃挪濃（重挪能）
燉	Tiềm	頂
勾芡	Nêm bột	念播
醃	Ướp (Ngâm)	額（嫩）
糖醋	Chua ngọt	桌握

❽ 口味

KHẨU VỊ

口以

中 太燙
越 Nóng quá
拼 濃寡

中 太鹹
越 Mặn quá
拼 慢寡

中 太酸
越 Chua quá
拼 桌寡

中 太甜
越 Ngọt quá
拼 握寡

中 太辣
越 Cay quá
拼 該寡

中 太苦
越 Đắng quá
拼 檔寡

中 太冷
越 Lạnh quá
拼 浪寡

中 太油
越 Nhiều dầu mỡ quá
拼 扭奏抹寡

中 太淡
越 Nhạt quá
拼 那寡

❾ 家用器具

ĐỒ DÙNG GIA ĐÌNH

度縱匝定

中 鍋子
越 Nồi
拼 內

中 盤子
越 Mâm (=khay)
拼 慢 (= 開)

中 炒菜鍋
越 Chảo xào rau
拼 著臊饒

中 碗
越 Chén
拼 簡

中 平底鍋
越 Nồi rang
拼 挪讓

中 筷子
越 Đũa
拼 朵

中 燉鍋
越 Nồi tiềm
拼 內頂

中 碟子
越 Dĩa
拼 幾牙

中 鏟子
越 Xẻng xào rau
拼 想臊饒

中 咖啡杯
越 Ly uống cà phê
拼 哩瓮尬非

中 保溫杯
越 Ly giữ ấm
拼 哩子穩

中 菜籃
越 Rổ đựng rau
拼 乳瞪饒

中 杯子
越 Ly
拼 哩

中 保鮮膜
越 Màng giữ tươi
拼 忙子堆

中 菜刀
越 Dao phay
拼 遭非

中 保鮮盒
越 Hộp giữ tươi
拼 貨子堆

中 湯匙
越 Muỗng
拼 猛

中 塑膠袋
越 Bịch ni lông
拼 必尼龍

中 叉子
越 Nĩa
拼 尼牙

中 橡皮筋
越 Dây thun
拼 哉吞

⑩ 蔬菜

RAU XANH

饒餐

中 冬瓜
越 Bí xanh
拼 比三

中 紅蘿蔔
越 Cà rốt
拼 尬如

中 絲瓜
越 Mướp
拼 磨

中 馬鈴薯
越 Khoai tây
拼 快呆

中 苦瓜
越 Khổ qua
拼 苦瓜

中 芋頭
越 Khoai môn
拼 快門

中 小黃瓜
越 Dưa leo (Dưa chuột)
拼 仄撩（仄桌）

中 洋蔥
越 Hành tây
拼 漢呆

中 白蘿蔔
越 Củ cải
拼 股改

中 竹筍
越 Măng
拼 忙

中 蕃茄
越 Cà chua
拼 尬桌

中 甘藍菜
越 Rau su hào
拼 饒蘇號

中 茄子
越 Cà tím
拼 尬頂

中 花椰菜
越 Súp lơ (Bông cải)
拼 俗樂（崩改）

中 青椒
越 Ớt xanh (Ớt Đà lạt)
拼 額餐（額大辣）

中 韭菜
越 Hẹ
拼 賀

中 白菜
越 Rau cải trắng
拼 饒改漲

中 芹菜
越 Rau cần
拼 饒亙

中 高麗菜
越 Rau cải bắp
拼 饒改拔

中 豆芽菜
越 Giá đỗ
拼 雜賭

中 空心菜
越 Rau muống
拼 饒蒙

中 菠菜
越 Rau chân vịt
拼 繞爭英

中 香菇
越 Nấm hương
拼 能哼

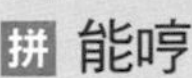

中 豆腐
越 Đậu phụ
拼 豆腐

中 木耳
越 Nấm mèo (Mộc nhĩ)
拼 能妙（木你）

中 豆干
越 Đậu phụ cứng
拼 豆腐哭

中 金針菇
越 Nấm kim trâm
拼 能金針

中 海帶
越 Rong biển(=Rong bể)
拼 容並 (= 容別)

⑪ 水果

TRÁI CÂY

宅該

中 西瓜
越 Trái dưa hấu
拼 宅仄喉

中 甘蔗
越 Mía
拼 沒

中 木瓜
越 Trái đu đủ
拼 宅嘟賭

中 草莓
越 Trái dâu tây
拼 宅奏呆

中 哈蜜瓜
越 Trái dưa thơm
拼 宅仄疼

中 蘋果
越 Trái bom (Trái táo tây)
拼 宅奔（宅倒呆）

中 香蕉
越 Trái chuối
拼 宅椎

中 梨子
越 Trái lê
拼 宅列

中 鳳梨
越 Trái thơm
拼 宅特

中 櫻桃
越 Trái anh đào
拼 宅安到

中 李子
越 Trái mận Hà-Nội
拼 宅悶哈挪

中 芭樂
越 Trái ổi
拼 宅偉

中 椰子
越 Trái dừa
拼 宅仄

中 龍眼
越 Trái nhãn
拼 宅難

中 桃子
越 Trái đào
拼 宅到

中 荔枝
越 Trái vải
拼 宅矮

中 水蜜桃
越 Trái đào mật
拼 宅到麼

中 蓮霧
越 Trái mận
拼 宅悶

中 枇杷
越 Trái tì bà
拼 宅地霸

中 柳丁
越 Trái cam
拼 宅甘

中 楊桃
越 Trái khế
拼 宅咳

中 橘子
越 Trái quýt
拼 宅軌

中 柿子
越 Trái hồng
拼 宅鬨

中 檸檬
越 Trái chanh
拼 宅沾

中 葡萄
越 Trái nho
拼 宅呢

中 紅龍果
越 Trái thanh long
拼 宅探龍

中 芒果
越 Trái xoài
拼 宅率

⑫ 美味食材

NGUYÊN LIỆU CÁC MÓN MỸ VỊ

寃料軋門米味

中 肉絲
越 Thịt sợi
拼 替歲

中 香腸
越 Lạp xưởng
拼 辣省

中 絞肉
越 Thịt băm
拼 替辦

中 熱狗
越 Xúc xích
拼 俗席

中 肉片
越 Thịt cắt lát
拼 替感剌

中 甜不辣
越 Bột mì viên (Tempura)
拼 播密寃（甜不辣）

中 魚丸
越 Cá viên
拼 軋寃

中 魚餃
越 Bánh xếp nhân cá
拼 半先嫩軋

中 雞翅
越 Cánh gà
拼 感尬

中 蛋餃
越 Bánh xếp nhân trứng
拼 半先嫩整

中 豬血糕
越 Bánh tiết heo
拼 綁定蒿

中 羊肉
越 Thịt dê
拼 替資

中 豬肉
越 Thịt heo
拼 替蒿

中 蛤蜊
越 Ngao
拼 繞

中 牛肉
越 Thịt bò
拼 替播

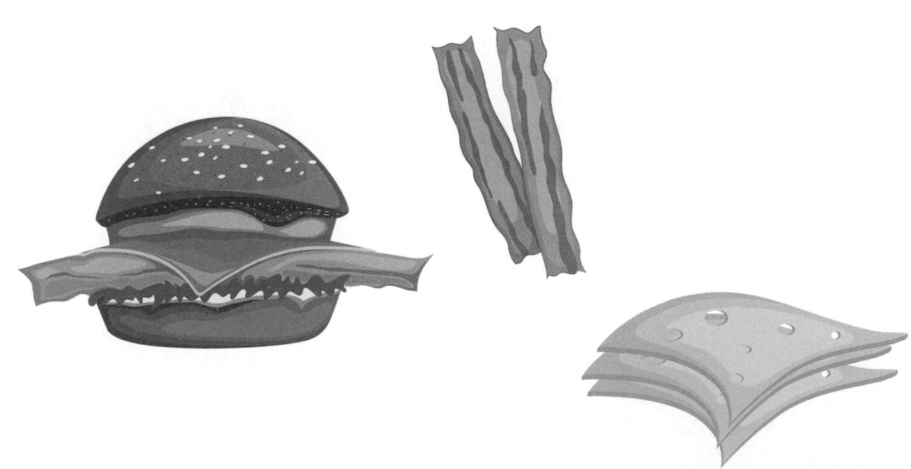

⑬ 湯類

MÓN CANH
門泔

中 蛋花湯
越 Canh trứng
拼 甘整

中 餛飩湯
越 Canh hoành thánh (Canh mằn thắn)
拼 甘換談（甘漫談）

中 貢丸湯
越 Canh giò viên (Canh mọc)
拼 甘左冤（乾莫）

中 竹筍湯
越 Canh măng
拼 甘忙

中 魚丸湯
越 Canh cá viên
拼 甘軋冤

中 青菜豆腐湯
越 Canh rau đậu phụ
拼 甘饒豆腐

中 蚵仔湯
越 Canh hào
拼 甘好

中 香菇雞湯
越 Canh thịt gà nấm hương
拼 甘替尬能哼

中 酸辣湯
越 Canh chua cay
拼 甘桌該

中 金針排骨湯
越 Canh sườn nấm kim trâm
拼 甘順能金針

中 蓮藕排骨湯
越 Canh sườn củ sen
拼 甘順茍先

中 蘿蔔排骨湯
越 Canh sườn củ cải
拼 甘順股改

中 海帶排骨湯
越 Canh sườn rong biển
拼 甘順容並

⑭ 台灣小吃

MÓN QUÀ VẶT ĐÀI LOAN

門掛訝帶鸞

28

中 蚵仔麵線
越 Mì sởi
拼 美舍

中 肉羹
越 Súp thịt
拼 俗替

中 蚵仔煎
越 Hào chiên
拼 好煎

中 魷魚羹
越 Súp mực
拼 俗墨

中 炒米粉
越 Bún xào
本臊

中 米粉湯
越 Bún nước
拼 本挪

中 肉圓
越 Thịt viên
拼 替冤

中 臭豆腐
越 Đậu phụ hôi
拼 豆腐揮

中 肉粽
越 Bánh chưng (Bánh tét)
拼 綁爭（綁跌）

中 米糕
越 Bánh bột gạo
拼 綁播告

2 飲食烹飪

NẤU NƯỚNG ĂN UỐNG
諾能安甕

中 油飯
越 Cơm nếp trộn
拼 跟年左

中 茶葉蛋
越 Trứng kho trà
拼 整科炸

中 鹽酥雞
越 Gà chiên muối
拼 尬煎沒

中 烤玉米
越 Bắp nướng
拼 拔能

⑮ 便餐

ĂN NHẸ

安呢

中 陽春麵
越 Mì dương xuân
拼 密曾孫

中 牛肉麵
越 Mì thịt bò
拼 密替播

中 炸醬麵
越 Mì trộn tương đậu
拼 密鎮登豆

中 榨菜肉絲麵
越 Mì thịt sợi cải chua
拼 密替歲改桌

中 麻醬麵
越 Mì trộn tương mè
拼 密鎮登滅

中 排骨飯
越 Cơm sườn
拼 哥順

中 乾麵
越 Mì khô
拼 密枯

中 雞腿飯
越 Cơm đùi gà
拼 跟對尬

中 意麵
越 Mì Ý
拼 密宜

中 魚排飯
越 Cơm lườn cá
拼 跟論軋

中 豬腳飯
越 Cơm giò heo
拼 跟左蒿

中 叉燒飯
越 Cơm xá xíu
拼 跟啥修

中 咖哩飯
越 Cơm cà-ri
拼 跟尬力

中 雞肉飯
越 Cơm thịt gà
拼 跟替尬

中 魯肉飯
越 Cơm thịt rim
拼 跟替扔

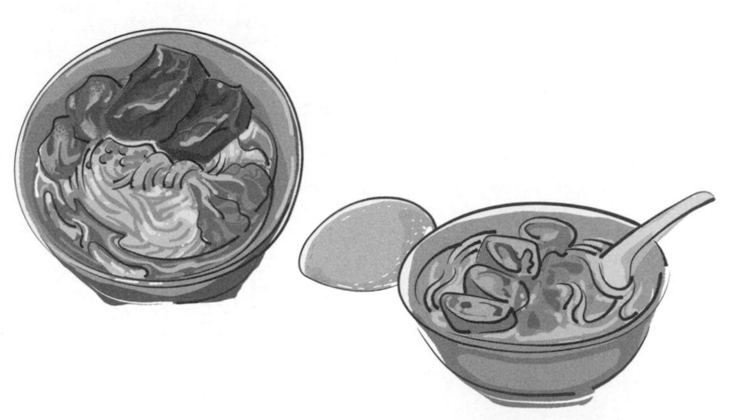

⑯ 甜點

ĐỒ TRÁNG MIỆNG

度漲命

中 刨冰
越 Sinh tố đá bào
拼 興度達報

中 木耳蓮子湯
越 Chè sen tuyết nhĩ
拼 界先對你

中 冰棒
越 Kem que(=Cà rem)
拼 跟歸 (= 尬練)

中 湯圓
越 Bánh trôi nước
拼 綁追能

中 仙草冰
越 Sương sáu đá
拼 生少蠟

中 豆花
越 Tậu hủ
拼 島侯

中 愛玉冰
越 Sương sa đá
拼 生少蠟

中 冬瓜茶
越 Trà bí
拼 炸比

中 粉圓冰
越 Chè bột nhồi viên đá
拼 界播煙蠟

中 麥茶
越 Trà mạch
拼 炸麥

中 珍珠奶茶
越 Trà sữa trân châu
拼 炸搽真週

中 紅豆湯
越 Chè đậu đen
拼 界豆亮

中 綠豆湯
越 Chè đậu xanh
拼 界豆三

中 麥片粥
越 Cháo mạch
拼 找麥

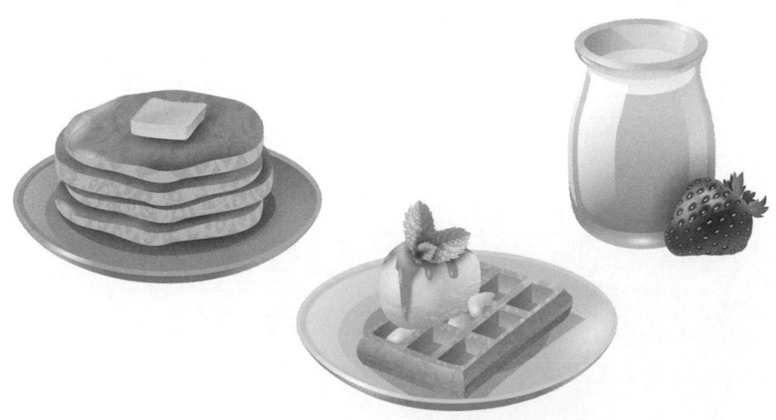

⑰ 零食點心

QUÀ VẶT ĐIỂM TÂM

掛訝林單

中 糖果
越 Kẹo
拼 告

中 果凍
越 Sương sa trái cây
拼 生沙宅該

中 餅乾
越 Bánh quy
拼 綁歸

中 海苔
越 Rong biển
拼 扔扁

中 蜜餞
越 Mứt
拼 麼

中 棒棒糖
越 Kẹo mưt
拼 告母

中 瓜子
越 Hạt dưa(=Hột dưa)
拼 哈惹 (= 火惹)

中 口香糖
越 Kẹo cao su
拼 告高蘇

⑱ 吃西餐

ĂN MÓN TÂY

安門呆

雇主說說看

CHỦ THỬ NÓI XEM

主土挪先

➲ 中 你喜歡吃牛（雞）排嗎？

越 Cô thích ăn bít-tết bò (gà) không ?

拼 姑提安比跌播（尬）空

➲ 中 牛排要幾分熟？

越 Bít-tết bò cần chín bao nhiêu phần trăm ?

拼 比跌播亙僅包妞份沾

➲ 中 你會煎牛排嗎？

越 Cô biết chiên bít-tết bò không ?

拼 姑別煎比跌播空

➲ 中 要一份生菜沙拉。

越 Cho một phần salát rau.

拼 桌莫份撒剌饒

➲ 中 玉米濃湯很好喝。

越 Súp bắp rất ngon.

拼 俗拔熱灣

➲ 中 附餐想喝什麼飲料？

越 Muốn uống kèm đồ uống gì ?

拼 門瓮亙度瓮記

➲ 中 這是飯後甜點。

越 Đây là đồ tráng miệng sau bữa ăn.

拼 帶辣度漲命艘跛安

主雇溝通篇
CHỦ VÀ NGƯỜI GIÚP VIỆC ĐỐI THOẠI
主法位族月對太

你要牛排還是雞排？

越 Bà muốn bít-tết bò hay bít-tết gà ?

拼 霸門比跌播，害比跌尬

我要牛排。

越 Tôi muốn bít-tết bò.

拼 堆門比跌播

你要加蘑菇醬，還是黑胡椒醬？

越 Bà muốn cho tương nấm, hay là tương tiêu đen ?

拼 霸門桌登能，害辣登丟顛

我要加蘑菇醬。

越 Tôi muốn cho tương nấm.

拼 堆門桌登能

你要喝什麼？

越 Bà muốn uống gì ?

拼 霸門甕記

我要冰紅茶。

越 Tôi muốn hồng trà đá.

拼 堆門轟炸達

單字一點通

TỪ MỚI – DỄ HỌC DỄ NHỚ

度每 - 子賀子呢

中 牛排 越 Bít-tết bò 拼 比跌播	中 全熟 越 Chín một trăm phần trăm 拼 僅莫沾份沾
中 雞排 越 Bít-tết gà 拼 比跌尬	中 五分熟 越 Chín năm mươi phần trăm 拼 僅囡妹份沾
中 豬排 越 Bít-tết heo 拼 比跌蒿	中 七分熟 越 Chín bảy mươi phần trăm 拼 僅北妹份沾
中 魚排 越 Lườn cá 拼 論軋	中 生菜沙拉 越 Sa-lát rau 拼 撒剌饒
中 蘑菇醬 越 Tương nấm 拼 登能	中 玉米濃湯 越 Súp bắp 拼 俗拔
中 黑胡椒醬 越 Tương tiêu đen 拼 登丟顛	中 甜點 越 Đồ tráng miệng 拼 度漲命

⑲ 請客

MỜI KHÁCH

妹卡

雇主說說看

CHỦ THỬ NÓI XEM

主土挪先

➲ 中 今晚的客人是我家親戚。

越 Khách tối nay là bà con của gia đình tôi.

拼 卡對耐辣霸關果匝定堆

➲ 中 明天晚上有客人要來。

越 Tối mai sẽ có khách tới.

拼 堆埋寫國卡得

➲ 中 客人是先生的同事和他們的小孩。

越 Khách là đồng sự của ông chủ và con cái họ.

拼 卡辣動事果翁主，法關改貨

➲ 中 請你和我去採購。

越 Cô đi mua đồ cùng tôi.

拼 姑低摸度共堆

➲ 中 我們請外燴到家裡。

越 Chúng ta mời người tới nhà nấu.

拼 種搭妹位得那獳

➲ 中 今晚的餐會採自助式。

越 Bữa tối nay sẽ ăn món kiểu tự chọn.

拼 跛對耐寫安門狗度鎮

➲ 中 多準備一點小孩的點心。

越 Chuẩn bị thêm một số đồ điểm tâm cho trẻ con.

拼 准必添莫牘度點燈桌解闞

➲ 中 今晚請你晚點休息。

越 Tối nay đề nghị cô nghỉ muộn một chút.

拼 對耐地議姑你悶莫竹

➲ 中 你要跟我們一起同樂嗎？

越 Cô có muốn chung vui cùng chúng tôi không ?

拼 姑國門終最共種堆空

主雇溝通篇
CHỦ VÀ NGƯỜI GIÚP VIỆC ĐỐI THOẠI
主法位族月對太

今晚有客人要來吃晚餐。

越 Tối nay có khách tới ăn tối.

拼 對耐國卡得安對

請問有多少人要來？

越 Xin hỏi có bao nhiêu người đến ?

拼 新毀國包妞位點

大概有五個大人和二個小孩。

越 Khoảng năm người lớn và hai trẻ em.

拼 況囡位輪，法嗨解煙

要特別準備什麼嗎？

越 Phải đặc biệt chuẩn bị gì không ?

拼 斐大嚐准必記空

菜的份量多準備一些。

越 Lượng thức ăn chuẩn bị nhiều hơn một chút.

拼 楞特安准必扭昏莫竹

單字一點通

TỪ MỚI – DỄ HỌC DỄ NHỚ

度每 - 子賀子呢

中 客人
越 Khách
拼 卡

中 （歐式）自助餐
越 Món tự chọn(kiểu Âu)
拼 門度鎮（狗歐）

中 親戚
越 Bà con (Họ hàng)
拼 霸關（貨沆）

中 外燴
越 Đến nấu tại chỗ
拼 點諾帶主

中 上司
越 Cấp trên
拼 甘間

中 採購
越 Mua đồ
拼 摸度

中 同事
越 Đồng sự
拼 動事

⑳ 上速食店

ĐẾN TIỆM ĂN NHANH

點店安囡

雇主說說看 CHỦ THỬ NÓI XEM

主土挪先

- 中 我們去麥當勞吃速食。
  越 Chúng ta đến Mac Donald ăn đồ ăn nhanh.
  拼 種搭練麻度囡，安度安囡

- 中 你想吃什麼？
  越 Cô muốn ăn gì?
  拼 姑門安記

- 中 你要吃幾號餐？
  越 Cô muốn ăn món số mấy ?
  拼 姑門安門贖沒

- 中 你的炸雞要不要辣？
  越 Gà chiên của cô có muốn cay không ?
  拼 尬煎果姑國門該空

- 中 要可樂還是咖啡？
  越 Muốn uống Côca hay cà-phê ?
  拼 門翁姑嘎害尬非

➲ 中 我來點餐。

越 Để tôi gọi món.

拼 底堆貴門

➲ 中 還有座位嗎？

越 Có còn chỗ ngồi không ?

拼 國棍主若空

➲ 中 你先帶孩子去找座位坐。

越 Cô dẫn bọn trẻ đi tìm chỗ ngồi trước.

拼 姑英笨解，低定主位折

➲ 中 去拿一些餐巾紙。

越 Đi lấy một ít khăn giấy.

拼 低雷莫宜康崖

➲ 中 你拿吸管了嗎？

越 Cô lấy ống hút chưa ?

拼 姑雷翁戶遮

➲ 中 陪孩子在遊樂區玩。

越 Chơi cùng bọn trẻ ở khu vui chơi.

拼 追共笨解噁哭威追

➲ 中 帶孩子去上廁所。

越 Dẫn bọn trẻ đi vệ sinh.

拼 怎笨解低衛星

主雇溝通篇
CHỦ VÀ NGƯỜI GIÚP VIỆC ĐỐI THOẠI
主法位族月對太

午餐請你帶孩子去吃肯德基。

越 Bữa trưa cô đưa bọn trẻ đi ăn gà KFC.

拼 跛遮姑多笨解低安尬，嘎誒些

好的，太太。

越 Dạ được ạ, thưa bà chủ.

拼 匝得阿，拖霸主

孩子們在遊樂區玩時，要注意安全。

越 Phải chú ý an toàn khi bọn trẻ chơi tại khu vui chơi.

拼 斐竹宜安斷，科笨解追帶哭威追

好的，我會小心。

越 Vâng ạ, tôi sẽ cẩn thận.

拼 翁阿，堆寫艮褪

單字一點通

TỪ MỚI – DỄ HỌC DỄ NHỚ

度每 - 子賀子呢

中 雞塊
越 Thịt gà miếng
拼 替尬名

中 糖醋醬
越 Tương chua ngọt
拼 登桌握

中 餐巾紙
越 Khăn giấy
拼 康崖

中 香草
越 Vani
拼 挖逆

中 吸管
越 Ống hút
拼 翁戶

中 草莓
越 Dâu tây
拼 奏呆

中 炸雞
越 Gà chiên
拼 尬煎

中 巧克力
越 Sô-cô-la
拼 蘇姑拉

中 番茄醬
越 Tương cà chua
拼 登尬桌

中 冰淇淋
越 Kem
拼 跟

中 奶昔
越 Sinh tố sữa (Milk shake)
拼 興讀捨

中 汽水
越 Nước ngọt
拼 挪握

中 可樂
越 Côca
拼 姑嘎

中 咖啡
越 Cà-phê
拼 尬非

3 做家事

—— LÀM VIỆC NHÀ

爛月那

❶ 廚房家務
CÔNG VIỆC NHÀ BẾP NÚC
工月那北奴

35

CHỦ THỬ NÓI XEM
主土挪先

➲ 中 廚房要保持乾淨整潔。

越 Phải luôn giữ nhà bếp sạch sẽ gọn gàng.

拼 斐掄子那北散寫棍港

➲ 中 流理台油膩膩的要擦洗。

越 Phải lau rửa dầu mỡ trên các bệ bàn nhà bếp.

拼 斐撈惹奏抹，真軋彎辦那北

➲ 中 清洗廚房的地板。

越 Cọ rửa sạch sàn nhà bếp.

拼 過惹散賞那北

➲ 中 清洗爐子、烤箱、抽油煙機。

越 Cọ rửa sạch bếp nấu, lò nướng, máy hút dầu khói.

拼 過惹散北諾，落能，埋湖柔懷

➲ 中 抽油煙機的油網要換了。

越 Lưới dầu của máy hút dầu khói phải thay rồi.

拼 雷奏果埋湖柔懷斐胎瑞

➲ 中 湯溢出來瓦斯爐要馬上擦乾淨。

越 Canh tràn ra bếp ga phải lau sạch ngay.

拼 甘戰匝北嘎斐撈散耐

➲ 中 瓦斯爐和抽油煙機用完要清理乾淨。

越 Sử dụng bếp ga và máy hút dầu khói xong phải lau chùi sạch sẽ.

拼 使縱北嘎，法埋湖柔懷雙，斐撈墜散寫

➲ 中 抹布要時常清洗、消毒。

越 Giẻ lau phải thường xuyên giặt sạch, sát trùng.

拼 爺撈斐痛宣讚散，上重

➲ 中 抹布用熱水燙一燙。

越 Phải dùng nước nóng nhúng giẻ lau.

拼 斐縱挪濃用爺撈

➲ 中 抹布該換一條。

越 Nên đổi chiếc giẻ lau khác.

拼 念對節爺撈卡

➲ 中 洗碗精不要用太多，對健康不好。

越 Nước rửa chén không được dùng quá nhiều, không tốt cho sức khỏe.

拼 挪惹簡空的縱寡扭，空奪桌時傀

中 砧板洗後要晾乾。

越 Thớt rửa xong phải để cho khô ráo.

拼 陀惹雙斐底桌枯饒

中 切過肉類的砧板，要用熱水沖淨。

越 Thớt xắt thịt xong phải dùng nước sôi tráng sạch.

拼 陀上替雙，斐縱挪雖漲散

中 冰箱每個禮拜清洗一次。

越 Một tuần phải rửa tủ lạnh một lần.

拼 莫頓斐仍賭浪莫楞

中 這是微波爐專用的盤子。

越 Đây là dĩa chuyên dùng cho lò vi ba.

拼 帶辣碟專縱桌落威八

中 吃完飯後要清洗碗盤。

越 Ăn cơm xong phải rửa chén dĩa.

拼 安跟雙斐惹簡碟

中 清洗茶壺和茶杯。

越 Rửa bình pha trà và cốc trà.

拼 惹並發炸法共炸

➲ 中 碗筷要洗乾淨。

越 Chén đũa phải rửa sạch sẽ.

拼 簡朵斐熱散寫

➲ 中 碗筷要洗好放整齊。

越 Chén đũa phải rửa sạch xếp gọn gàng.

拼 簡朵斐惹散協棍港

➲ 中 飲水機要加滿水。

越 Máy uống nước phải đổ đầy nước.

拼 埋瓮挪斐賭帶挪

➲ 中 菜不新鮮該丟掉了。

越 Đồ ăn không tươi phải quăng bỏ.

拼 度安空堆斐光跛

主雇溝通篇
CHỦ VÀ NGƯỜI GIÚP VIỆC ĐỐI THOẠI
主法位族月對太

你懂不懂？

越 Cô có hiểu không ?

拼 姑國後空

我懂了。

越 Tôi hiểu rồi.

拼 堆後瑞

你知不知道？

越 Cô có biết không ?

拼 姑國別空

我知道了。

越 Tôi biết rồi.

拼 堆別瑞

有沒有問題？

越 Có vấn đề gì không ?

拼 國穩地記空

沒問題。

越 Không có vấn đề.

拼 空國穩地

你哪裡不舒服？

越 Cô khó chịu ở chỗ nào ?

拼 姑殼就噁主鬧

我生病了。

越 Tôi bị ốm rồi.

拼 堆必文瑞

單字一點通

TỪ MỚI – DỄ HỌC DỄ NHỚ

度每 - 子賀子呢

中 抽油煙機
越 Máy hút dầu khói
拼 埋戶柔懷

中 微波爐
越 Lò vi ba
拼 落威八

中 瓦斯爐
越 Bếp ga
拼 北嘎

中 烤箱
越 Lò nướng
拼 落能

中 抹布
越 Giẻ lau
拼 爺撈

中 電鍋
越 Nồi điện
拼 內電

中 洗碗精
越 Nước rửa chén
拼 挪惹簡

中 電子鍋
越 Nồi điện tử
拼 內電得

中 砧板
越 Thớt
拼 陀

中 熱水瓶
越 Bình thủy(Phích nước nóng)
拼 並腿（肥挪濃）

❷ 打掃、做家事

36

QUÉT DỌN, LÀM VIỆC NHÀ

軌怎，爛月那

雇主說說看

CHỦ THỬ NÓI XEM
主土挪先

➲ 中 把房子裡面收拾乾淨。

越 Dọn dẹp sạch sẽ đồ đạc trong phòng.

拼 啃也散寫度大中放

➲ 中 摺被子和整理床單。

越 Xếp mền và trải giường ngay ngắn.

拼 先悶法窄贈耐難

➲ 中 用吸塵器吸地毯。

越 Dùng máy hút bụi hút tấm thảm.

拼 縱埋湖被湖單毯

➲ 中 先除塵再擦地板。

越 Quét sạch bụi bặm trước xong rồi mới lau nhà.

拼 忘散被板折，松惹末撈那

➲ 中 先掃地再拖地。

越 Quét nhà trước xong rồi mới lau nhà.

拼 忘那折，松惹末撈那

3 做家事

LÀM VIỆC NHÀ

爛月那

➲ 中 地板該拖了。

越 Sàn nhà phải lau rồi.

拼 賞那斐撈瑞

➲ 中 地板要打蠟。

越 Phải đánh bóng nền nhà.

拼 斐檔繃念那

➲ 中 拖把要擰乾，以免地板太濕。

越 Chổi lau nhà phải vắt khô, để khỏi làm sàn nhà quá ướt.

拼 卓撈那斐娃枯，底傀爛賞那寡恩

➲ 中 每天打掃和整理房間、客廳跟浴室。

越 Hàng ngày quét dọn và thu xếp các buồng, phòng khách và nhà tắm.

拼 沆耐軌怎法偷協軋崩，放卡法那膽

➲ 中 每天掃除一次。

越 Mỗi ngày quét dọn một lần.

拼 每奈軌怎莫楞

➲ 中 清洗地板時，小心不要把水灑進插座裡。

越 Khi lau sàn nhà, chú ý không được để nước vào trong ổ cắm điện.

拼 科撈賞那，竹宜空的底挪唷要中我感電

➲ 中 別忘了沙發底下要清掃。

越 Đừng quên quét sạch gầm ghế sa-lông.

拼 瞪關軌散亙給撒掄

➲ 中 廁所經常要維持乾淨。

越 Phải luôn giữ nhà vệ sinh sạch sẽ.

拼 斐掄子那衛星散寫

➲ 中 清洗廁所的地板、馬桶。

越 Cọ rửa sạch sàn nhà vệ sinh, bàn cầu.

拼 過惹散賞那衛星，綁稿

➲ 中 小心不要讓異物掉進馬桶裡。

越 Cẩn thận không được để đồ đạc rớt vào trong bàn cầu.

拼 艮褪空的底度郎熱要中綁稿

➲ 中 這個刷子專門洗馬桶。

越 Bàn chải này chuyên dùng cọ bàn cầu.

拼 辦窄耐專縱過綁稿

➲ 中 這是浴室專用清潔劑。

越 Đây là nước tẩy nhà tắm chuyên dùng.

拼 帶辣挪歹那膽專縱

3 做家事

LÀM VIỆC NHÀ

爛月那

➲ 中 排水管塞住了。

越 Ống bài nước bị nghẹt rồi.

拼 瓮百挪必厭瑞

➲ 中 窗台要擦乾淨。

越 Bệ cửa sổ phải lau sạch.

拼 必葛所斐撈散

➲ 中 可以用舊報紙擦玻璃。

越 Có thể dùng báo cũ lau kiếng.

拼 格鐵縱雹股撈鏡

➲ 中 這裡要再擦一次。

越 Chỗ này phải lau lại một lần nữa.

拼 主耐斐撈賴莫楞諾

➲ 中 家具要擦拭乾淨再打蠟。

越 Đồ dùng trong nhà phải lau sạch mới đánh bóng.

拼 度永中那，斐撈散沒檔繃

➲ 中 整理打掃完，家飾品要放回原位。

越 Quét dọn sắp xếp xong, đồ trang trí trong nhà phải để lại chỗ cũ.

拼 軌怎啥協雙，度張及中那斐列來主股

➲ 中 窗簾好久沒洗了。

越 Lâu lắm chưa giặt rèm cửa sổ rồi.

拼 摟藍，遮攢任葛所瑞

➲ 中 冷氣機的濾網要拆下來刷乾淨。

越 Phải tháo lưới lọc của máy lạnh xuống cọ sạch.

拼 斐逃雷落果埋浪悚，過散

➲ 中 電風扇要洗了。

越 Quạt điện phải rửa rồi.

拼 掛電斐惹瑞

➲ 中 電風扇洗乾淨後收進儲藏室。

越 Quạt điện rửa sạch xong cất vào nhà kho.

拼 掛電惹散雙，格要那喝

➲ 中 燈管的兩頭變黑，表示快壞了要換新。

越 Hai đầu bóng điện bị đen, nghĩa là sắp hư rồi phải thay cái mới.

拼 嗨豆繃電必顛，鎳辣善呼瑞斐胎改沒

➲ 中 拆換燈管時，要先關掉電源。

越 Phải tắt điện nguồn trước lúc thay bóng điện.

拼 斐達電穩，折盧胎繃電

3 做家事

—— LÀM VIỆC NHÀ
爛月那

➲ 中 鞋子要放整齊。

越 Giầy dép phải xếp gọn gàng.

拼 在則斐協棍港

➲ 中 皮鞋用鞋油擦。

越 Lấy xi giầy đánh giầy da.

拼 雷西在檔在匝

➲ 中 每週要洗車一次。

越 Mỗi tuần phải rửa xe một lần.

拼 每頓斐惹撒莫楞

➲ 中 濕的雨傘不要拿進屋子裡面。

越 Dù đi mưa bị ướt không được mang vào trong nhà.

拼 租低摸必恩，空的忙要中那

➲ 中 居家的容器不要積水，以免滋生蚊蟲。

越 Đồ đựng trong nhà không được chứa nước, để tránh sinh ra bọ gậy.

拼 度瞪中那空的折挪，底展興匝跛崖

➲ 中 每天早上要澆花、整理陽台（庭院）。

越 Mỗi buổi sáng phải tưới hoa, dọn ban-công(sân nhà).

拼 每不嗓斐對花，怎班工（山那）

➲ 中 把陽台的捕蚊燈打開。

越 Bật đèn diệt muỗi ở ban-công.

拼 笨電仄每噁班工

➲ 中 這些盆栽要施肥。

越 Phải bón phân cho mấy chậu kiểng này.

拼 斐笨分桌賣咒景耐

➲ 中 草坪要除草。

越 Thảm cỏ phải cắt.

拼 毯果斐軋

➲ 中 地上的落葉掃乾淨。

越 Quét sạch lá rơi trên mặt đất.

拼 軌散剌瑞真罵的

➲ 中 下雨天不用澆花。

越 Trời mưa không cần tưới hoa.

拼 者摸空亙對花

➲ 中 把窗戶打開。

越 Mở cửa sổ ra.

拼 抹葛所匝

➲ 中 把窗戶關上。

越 Đóng cửa sổ lại.

拼 瞪葛所來

➲ 中 把窗簾打開。

越 Kéo rèm cửa sổ ra.

拼 狗任葛所匝

3 做家事

LÀM VIỆC NHÀ
爛月那

➲ 中 把窗簾拉上。

越 Kéo rèm cửa sổ lại.

拼 狗任葛所來

➲ 中 明天要停水，要儲一些水備用。

越 Ngày mai cúp nước, phải chứa một ít nước để dùng.

拼 奈埋骨挪，斐折莫宜挪底縱

➲ 中 水桶、浴缸裡要儲水。

越 Phải chứa nước vào thùng nước, bồn tắm.

拼 斐折挪要痛挪，笨膽

➲ 中 東西放置要整齊，不要凌亂。

越 Đồ đạc phải để gọn gàng, không được để lung tung.

拼 度大斐底棍港，空的底龍動

➲ 中 佛堂要清理。

越 Điện thờ Phật phải dọn sạch sẽ.

拼 殿特份斐怎散寫

➲ 中 打掃時，祖先牌位不可以放在地上。

越 Khi quét dọn, bài vị tổ tiên không được để xuống đất.

拼 科軌怎，拜位賭顛空的底悚的

➲ 中 打掃房子後，身上流汗又髒，就去洗個澡。

越 Sau khi quét dọn nhà cửa, người đổ mồ hôi lại dơ thì phải đi tắm.

拼 艘科軌怎那葛，位羅莫揮賴資，替斐低膽

主雇溝通篇
CHỦ VÀ NGƯỜI GIÚP VIỆC ĐỐI THOẠI
主法位族月對太

太太，水管有點不通。

越 Thưa bà chủ, ống bài nước hơi bị nghẹt.

拼 託霸主，甕百挪揮必厭

你倒「通樂」試試看。

越 Cô đổ “Thông lạc” thử xem.

拼 姑朵“通辣”土先

我試過了，沒有用。

越 Tôi đã thử rồi, không có tác dụng.

拼 堆打土瑞，空國達縱

只好找水電工來修理了。

越 Đành tìm thợ điện nước đến sửa.

拼 但定特電挪點捨

單字一點通

TỪ MỚI – DỄ HỌC DỄ NHỚ

度每 - 子賀子呢

中 房間
越 Buồng (Phòng)
拼 繃（放）

中 地毯
越 Tấm thảm
拼 但坦

中 客廳
越 Phòng khách
拼 放卡

中 沙發
越 Ghế sa-lông
拼 給撒龍

中 浴室
越 Nhà tắm
拼 那膽

中 窗簾
越 Rèm cửa sổ
拼 任葛所

中 打蠟
越 Đánh bóng
拼 檔繃

中 冷氣機
越 Máy lạnh
拼 埋浪

中 拖地
越 Lau nhà
拼 撈那

中 過濾網
越 Lưới lọc
拼 雷落

中 吸塵器
越 Máy hút bụi
拼 埋湖被

中 電風扇
越 Quạt điện
拼 掛電

❸ 衣物處理

XỬ LÝ QUẦN ÁO
駛離棍㷋

雇主說說看

CHỦ THỬ NÓI XEM
主土挪先

（1）洗濯衣物
GIẶT GIŨ QUẦN ÁO
讚組棍㷋

➲ 中 這些衣服要送去乾洗。

越 Mấy quần áo này phải mang đi giặt khô.

拼 麥棍㷋耐，𢁑忙低讚枯

➲ 中 這些衣服要洗。

越 Mấy quần áo này phải giặt.

拼 麥棍㷋耐𢁑讚

➲ 中 這些衣服要用洗衣機洗。

越 Mấy quần áo này phải giặt bằng máy giặt.

拼 麥棍㷋耐，𢁑讚棒埋讚

➲ 中 這些衣服要用手洗。

越 Mấy quần áo này phải giặt bằng tay.

拼 麥棍㷋耐，𢁑讚棒呆

3 做家事

—— LÀM VIỆC NHÀ

爛月那

➲ 中 衣服不要浸泡太久。

越 Quần áo đừng ngâm lâu quá.

拼 棍熬瞪溫摟寡

➲ 中 把 T 恤反面翻過來洗，以免衣物表面的圖案受損。

越 Áo thun lộn mặt trái ra giặt, để tránh làm hư hình trên áo.

拼 熬吞論罵宅匝讚，底展爛呼哼真熬

➲ 中 衣服先用洗衣粉浸泡約十分鐘再洗。

越 Dùng bột giặt ngâm quần áo khoảng mười phút trước mới giặt.

拼 縱播讚，溫棍熬況妹福折，沒讚

➲ 中 衣服洗好後要即時晾起，以免產生皺痕。

越 Quần áo giặt xong phải phơi ngay, để khỏi bị nhăn.

拼 棍熬讚雙斐非耐，底傀必央

➲ 中 內衣褲、襪子要單獨洗。

越 Quần áo lót, vớ phải giặt riêng.

拼 棍熬羅，握斐讚扔

➲ 中 絲襪要用手洗。

越 Vớ da chân phải giặt bằng tay.

拼 握匝真，斐讚棒呆

➲ 中 這些嬰兒的衣服用手洗。

越 Mấy quần áo trẻ sơ sinh này giặt bằng tay.

拼 麥棍熬，解賒興耐，讚棒呆

➲ 中 嬰兒的衣服和大人的衣服分開洗。

越 Quần áo trẻ sơ sinh và quần áo người lớn giặt riêng.

拼 棍熬解賒興，法棍熬位輪，讚扔

➲ 中 這件衣服會褪色，要另外洗。

越 Chiếc áo này bị phai màu, phải giặt riêng.

拼 節熬耐必非冒，斐讚扔

➲ 中 深色和淺色衣服分開洗。

越 Quần áo màu sẫm và màu lợt giặt riêng.

拼 棍熬冒審，法冒了讚扔

➲ 中 床單和枕頭套每週要換洗。

越 Hàng tuần phải thay giặt ga trải giường và áo gối.

拼 沆頓斐胎讚康窄贈法熬軌

➲ 中 窗簾、桌巾、椅套每週要換洗。

越 Hàng tuần phải thay giặt rèm cửa sổ , khăn trải bàn, tấm bọc ghế.

拼 沆頓斐胎讚任葛所，刊窄辦，頓播給

➲ 中 洗衣服前，要先檢查口袋有沒有東西。

越 Trước khi giặt quần áo, phải kiểm tra trong túi quần áo còn đồ gì không.

拼 折科讚棍熬，斐艮渣中對棍熬，棍度記空

➲ 中 衣領、衣袖特別容易髒，用刷子刷洗後，再放進洗衣機。

越 Cổ áo, tay áo rất dễ bẩn, dùng bàn chải cọ xong mới để vào máy giặt.

拼 股熬，呆熬惹子本，縱辦窄過雙沒列要埋讚

➲ 中 白襪子先用漂白水浸泡後，再放進洗衣機。

越 Vớ màu trắng dùng nước tẩy trắng ngâm trước mới để vào máy giặt.

拼 握冒漲，縱挪歹漲溫折，沒列要埋讚

➲ 中 自己的衣服和雇主家人的衣服要分開洗。

越 Quần áo của bản thân và quần áo của nhà chủ phải giặt riêng.

拼 棍熬果版吞，法棍熬果那主，斐讚扔

（2）晾曬衣物

PHƠI QUẦN ÁO

非棍熬

➲ 中 這件衣服要曬乾不要烘乾。

越 Chiếc áo này phải phơi khô không được sấy khô.

拼 節熬耐，婓非枯，空的隨枯

➲ 中 這件衣服要在室內陰乾，不能曬太陽。

越 Chiếc áo này phải phơi ở chỗ mát trong nhà, không được phơi ngoài nắng.

拼 節熬耐，婓非噁主麻中那，空的非外囊

➲ 中 白天有太陽時，把衣服晾在外面曬乾。

越 Ban ngày khi trời nắng, đem quần áo phơi ra ngoài cho khô.

拼 班奈科這囊，顛棍熬非匝外桌枯

➲ 中 外面天氣很好，把棉被拿去外面曬。

越 Bên ngoài thời tiết rất đẹp, đem mền bông ra ngoài phơi.

拼 邊外特跌熱典，顛悶崩匝外非

➲ 中 曬在外面的衣服，可以收進來了。

越 Quần áo phơi ở ngoài có thể thu vào rồi.

拼 棍熬非噁外，格體禿要瑞

➲ 中 冬天或下雨天時才使用烘乾機。

越 Mùa đông hoặc ngày mưa mới dùng máy sấy quần áo.

拼 莫冬化奈摸，沒縱埋隨棍熬

（3）縫補衣物
KHÂU VÁ QUẦN ÁO
扣娃棍熬

中 釦子掉了要縫上去。

越 Nút bị đứt rồi phải khâu lại.

拼 奴必得瑞斐扣賴

中 請縫補這條褲子。

越 Làm ơn khâu chiếc quần này.

拼 爛恩扣節棍耐

中 這邊破掉了要縫補。

越 Chỗ này bị rách rồi phải vá.

拼 主耐必染瑞，斐娃

（4）熨燙、收摺衣物

ỦI, THU XẾP QUẦN ÁO

偉，秃先棍敖

中 這些衣服要燙。

越 Mấy quần áo này phải ủi.

拼 麥棍敖耐斐偉

中 襯衫燙好後，吊在衣櫃裡。

越 Áo sơ-mi ủi xong treo trong tủ quần áo.

拼 敖賒瞇偉雙，交中賭棍敖

中 這些衣服要摺。

越 Mấy quần áo này phải xếp lại.

拼 麥棍敖耐斐舍賴

中 衣櫃裡的衣服要摺整齊。

越 Quần áo trong tủ phải xếp gọn gàng.

拼 棍敖中賭，斐先棍港

中 用熨斗時要注意安全，有事離開要記得先關掉電源。

越 Khi dùng bàn ủi phải chú ý an toàn, có việc đi khỏi phải nhớ tắt đi.

拼 科縱辦偉，斐竹宜安斷，國月低傀斐呢達低

主雇溝通篇
CHỦ VÀ NGƯỜI GIÚP VIỆC ĐỐI THOẠI
主法位族月對太

我的白色襯衫呢？

越 Áo sơ-mi trắng của tôi đâu ?

拼 熬賒瞇漲，果堆撈

太太，洗好了但是還沒燙。

越 Thưa bà chủ, giặt rồi nhưng còn chưa ủi.

拼 拖霸主，讚瑞能棍遮偉

麻煩你，我今天要穿。

越 Phiền cô, hôm nay tôi phải mặc.

拼 片姑，昏耐堆斐罵

好，我馬上燙。

越 Dạ, tôi ủi ngay.

拼 匝，堆偉耐

單字一點通

TỪ MỚI – DỄ HỌC DỄ NHỚ

度每 - 子賀子呢

中 床單 越 Khăn trải giường 拼 康窄贈	中 乾洗 越 Giặt khô 拼 讚枯
中 棉被 越 Mền bông 拼 面崩	中 褲子 越 Quần 拼 棍
中 枕頭套 越 Áo gối 拼 熬軌	中 裙子 越 Váy (Đầm) 拼 矮（瞪）
中 內衣褲 越 Quần áo lót 拼 棍熬羅	中 襪子 越 Vớ 拼 握
中 桌巾 越 Khăn trải bàn 拼 刊窄辦	中 外套 越 Áo khoác 拼 傲垮
中 椅套 越 Tấm bọc ghế 拼 頓播給	中 T 恤 越 Áo thun 拼 熬吞
中 漂白水 越 Nước tẩy trắng 拼 挪歹漲	中 毛巾 越 Khăn mặt 拼 刊罵

3 做家事
LÀM VIỆC NHÀ
爛月那

中	越	拼
絲襪	Vớ da chân (Tất da chân)	握匝真（的匝真）
柔軟精	Nước làm mềm vải	挪爛面矮
襯衫	Áo sơ-mi	熬賒瞇
洗衣粉	Bột giặt	播讚
西裝	Bộ đồ Veston	不度業式頓
肥皂	Xà bông	薩崩
衣服	Quần áo	棍熬
熨斗	Bàn ủi	辦偉
鞋子	Giầy	在
釦子	Nút (Cúc)	奴（股）
運動鞋	Giầy thể thao	在鐵掏
口袋	Túi quần áo	對棍熬
洗衣機	Máy giặt	埋讚
縫補	Khâu vá	扣娃
烘乾機	Máy sấy khô quần áo	埋隨枯棍熬
摺疊	Xếp	先

④ 照顧寵物

CHĂM SÓC VẬT NUÔI

沾唅問內

CHỦ THỬ NÓI XEM
主土挪先

➲ 中 帶狗去散步。

越 Dắt chó đi dạo.

拼 咱濁低造

➲ 中 小心不要讓狗走丟。

越 Cẩn thận đừng để chó đi lạc.

拼 艮褪，瞪底濁低辣

➲ 中 隨手清理狗大便。

越 Thường xuyên dọn sạch phân chó.

拼 痛宣怎散分濁

➲ 中 準備狗食。

越 Chuẩn bị thức ăn cho chó.

拼 准必特安桌濁

➲ 中 狗食快沒了，要記得去買。

越 Thức ăn cho chó sắp hết rồi, phải nhớ đi mua.

拼 特安桌濁唅和瑞，斐呢低摸

➲ 中 幫小狗洗澡。

越 Tắm cho chó con.

拼 膽桌濁棍

3 做家事

LÀM VIỆC NHÀ

爛月那

中 準備貓食。

越 Chuẩn bị đồ ăn cho mèo.

拼 准必度安桌妙

中 要記得餵魚。

越 Phải nhớ cho cá ăn.

拼 斐呢桌軋安

中 要記得餵鳥。

越 Phải nhớ cho chim ăn.

拼 斐呢桌巾安

中 要清洗魚缸。

越 Phải cọ rửa sạch bể cá.

拼 斐過惹散別軋

中 要清洗鳥籠。

越 Phải dọn sạch lồng chim.

拼 斐怎散龍巾

中 把鳥籠放在陽台。

越 Đặt lồng chim ở ban-công.

拼 大龍巾噁班工

❺ 倒垃圾

ĐỔ RÁC

朵雜

CHỦ THỬ NÓI XEM
主土挪先

➲ 中 垃圾每天都要倒。

越 Phải đổ rác hàng ngày.

拼 斐朵雜沆奈

➲ 中 垃圾車晚上才會來。

越 Xe rác buổi tối mới tới.

拼 撒雜跛對沒得

➲ 中 我聽到垃圾車來的音樂聲了。

越 Tôi nghe thấy tiếng nhạc của xe rác rồi.

拼 堆耶台頂吶果撒雜瑞

➲ 中 要提前去等，以免錯過。

越 Phải ra đợi trước để khỏi lỡ.

拼 斐匝對折底傀樂

➲ 中 不可以隨便丟垃圾，否則會被罰。

越 Không được vứt rác bừa bãi, nếu không sẽ bị phạt.

拼 空的握雜播百，牛空寫必罰

➲ 中 垃圾袋要綁緊。

越 Bịch đựng rác phải buộc chặt.

拼 必瞪雜斐播炸

3 做家事

LÀM VIỆC NHÀ
爛月那

➲ 中 垃圾要分類。

越 Phải phân loại rác.

拼 斐分賴雜

➲ 中 每週有資源回收車。

越 Hàng tuần có xe thu hồi tài phế liệu.

拼 沆頓國撒禿火廢料

➲ 中 玻璃、塑膠、報紙、鋁罐要回收。

越 Ve chai, nhựa, giấy báo, vỏ lon nhôm phải thu hồi.

拼 耶齋，諾，賊雹，我掄容斐禿火

➲ 中 倒完垃圾，垃圾桶要洗。

越 Đổ rác xong, phải rửa thùng rác.

拼 朵雜雙，斐熱痛雜

➲ 中 垃圾筒要放垃圾袋。

越 Thùng rác phải bỏ bịch đựng rác.

拼 痛雜斐跛必瞪雜

➲ 中 蟑螂好多，要買殺蟑藥。

越 Nhiều gián quá, phải mua thuốc diệt gián.

拼 扭咱寡，斐摸陀仄咱

➲ 中 螞蟻好多，用殺蟻劑。

越 Nhiều kiến quá, dùng thuốc diệt kiến.

拼 扭檢寡，縱陀仄檢

主雇溝通篇
CHỦ VÀ NGƯỜI GIÚP VIỆC ĐỐI THOẠI
主法位族月對太

太太，今天的垃圾很多。

越 Thưa bà chủ, rác hôm nay rất nhiều.

拼 託霸主，雜昏耐熱扭

需要我幫忙嗎？

越 Có cần tôi giúp không ?

拼 國亙堆族空

我早點出去，分批拿就可以了。

越 Tôi ra sớm một chút, chia ra mấy lần lấy là được.

拼 堆匝損莫竹，基讓麥冷賴辣的

好！真謝謝你。

越 Được! Thật cám ơn cô.

拼 的！特感恩姑

單字一點通

TỪ MỚI – DỄ HỌC DỄ NHỚ

度每 - 子賀子呢

中 垃圾車
越 Xe rác
拼 撒雜

中 垃圾筒
越 Thùng rác
拼 痛雜

中 垃圾袋
越 Bịch đựng rác
拼 必瞪雜

中 資源回收車
越 Xe thu hồi tài phế liệu
拼 撒禿火廢料

4 照顧嬰兒

—— CHĂM SÓC EM BÉ

沾啥㸏別

① 餵寶寶吃東西

CHO BÉ ĂN

桌別安

雇主說說看

CHỦ THỬ NÓI XEM
主土挪先

➲ 中 每隔四個小時要幫寶寶餵奶。

越 Cứ cách bốn tiếng phải cho bé bú sữa.

拼 股軋本頂，斐桌別補捨

➲ 中 牛奶不要太燙（濃、稀）。

越 Sữa không được nóng(đặc, lỏng) quá.

拼 捨空的濃（大，龍）寡

➲ 中 寶寶餓了。

越 Bé đói rồi.

拼 別對瑞

➲ 中 要準時餵牛奶。

越 Phải cho bé bú sữa đúng giờ.

拼 斐桌別補捨懂仄

➲ 中 沖泡牛奶前要先洗手。

越 Phải rửa tay trước khi pha sữa.

拼 斐惹呆折科發捨

➲ 中 讓寶寶多喝水。

越 Cho bé uống nhiều nước.

拼 桌別瓮挪扭

➲ 中 寶寶開始吃副食品了。

越 Bé bắt đầu ăn các đồ ăn phụ rồi.

拼 別拔豆安軋度安讚服

➲ 中 喝完奶要拍背。

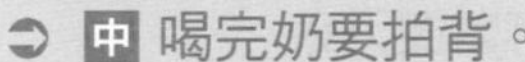

越 Sau khi uống sữa phải vỗ lưng.

拼 艘科瓮捨斐我楞

➲ 中 不可以嚼爛食物再餵寶寶。

越 Không được nhai nát thức ăn rồi cho bé ăn.

拼 空的耐拿特安瑞桌別安

➲ 中 讓寶寶學習自己吃東西。

越 Để bé tự học ăn.

拼 底別度賀安

➲ 中 寶寶的食慾不好。

越 Bé không muốn ăn.

拼 別空孟安

② 奶瓶、奶嘴清洗和消毒

41

RỬA SẠCH VÀ SÁT TRÙNG BÌNH SỮA, NÚM VÚ

惹散法上重並捨，奴無

➲ 中 要洗奶瓶。

越 Phải rửa bình sữa.

拼 斐惹並捨

➲ 中 這隻刷子是清洗奶瓶專用。

越 Chiếc bàn chải này chuyên dùng cọ bình sữa.

拼 節辦窄耐，專縱過並捨

➲ 中 奶瓶洗乾淨後要消毒。

越 Sau khi rửa sạch bình sữa phải sát trùng.

拼 艘科惹散並耐，斐上重

➲ 中 把奶瓶放在沸水中煮十分鐘。

越 Cho bình sữa vào nước đang sôi đun khoảng mười phút.

拼 捉並捨要挪當雖，蹲況妹福

➲ 中 把奶嘴放在沸水中煮三分鐘。

越 Cho núm vú vào nước đang sôi đun khoảng ba phút.

拼 捉奴無，要挪當雖，蹲況八福

❸ 寶寶睡覺了

GIẤC NGỦ CỦA BÉ

則努果別

➲ 中 半歲以前的寶寶，不要讓他趴著睡。

越 Trẻ dưới nửa tuổi, không được để trẻ ngủ sấp.

拼 解嘴諾對，空的底解努撒

➲ 中 寶寶趴著睡時，要注意他的安全。

越 Khi bé ngủ sấp, phải chú ý đến sự an toàn của bé.

拼 科別努撒，斐竹宜點事安斷果別

➲ 中 寶寶睡覺的地方周圍不要放雜物，免得寶寶亂抓、發生危險。

越 Xung quanh chỗ ngủ của bé không được để đồ vật, tránh bé quờ lung tung gây nguy hiểm.

拼 松關主努果別，空的底度問，展別果龍動給威狠

❹ 幫寶寶換尿布

THAY TÃ CHO BÉ

胎打桌別

➲ 中 要隨時注意檢查幫寶寶換尿布。

越 Phải chú ý kiểm tra thay tã cho bé thường xuyên.

拼 斐竹宜艮渣胎打桌別，痛宣

➲ 中 該換尿布了。

越 Nên thay tã rồi.

拼 念胎打瑞

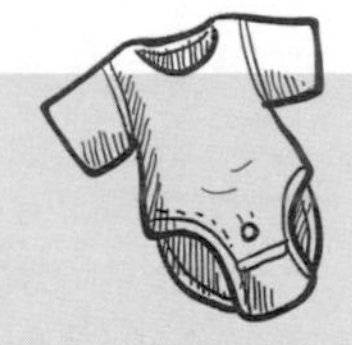

➲ 中 寶寶大便了。

越 Bé ỉa rồi.

拼 別移瑞

➲ 中 用濕紙巾幫寶寶擦屁股。

越 Dùng khăn giấy ướt lau đít cho bé.

拼 縱刊賊額，撈敵桌別

➲ 中 寶寶紅屁股了，要常換尿布。

越 Đít bé đỏ rồi, phải thường xuyên thay tã.

拼 敵別朵瑞，斐痛宣胎打

➲ 中 訓練寶寶自己大小便。

越 Huấn luyện bé tự đi vệ sinh.

拼 魂練別，度低衛星

➲ 中 適時幫寶寶換尿布，保持皮膚的乾爽。

越 Thay tã cho bé đúng lúc, giữ da khô ráo dễ chịu.

拼 胎打遮別懂盧，子匝枯饒子救

❺ 幫寶寶洗澡
TẮM CHO BÉ
膽桌別

➲ 中 不要讓寶寶一個人在浴室。

越 Không được để bé một mình trong nhà tắm.

拼 空的底別莫命中那膽

➲ 中 每天幫寶寶洗澡。

越 Tắm cho bé hàng ngày.

拼 膽桌背沆奈

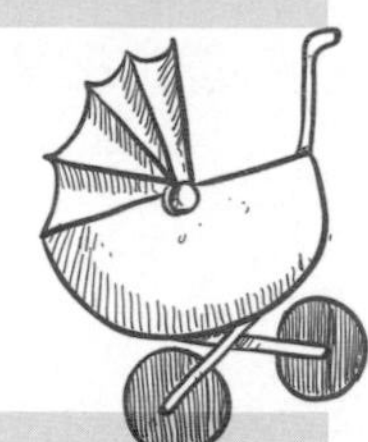

➲ 中 幫小孩子放洗澡水，要先放冷水，再放熱水。

越 Pha nước tắm cho trẻ con, phải cho nước lạnh trước rồi mới cho nước nóng.

拼 發挪膽桌解闒，斐桌挪浪折，瑞沒桌挪濃

➲ 中 幫寶寶洗澡時，要小心別讓水跑進耳朵。

越 Khi tắm cho bé, phải cẩn thận không được để nước chảy vào tai.

科膽桌別，斐艮褪，空冷底挪窄要呆

➲ 中 用嬰兒洗髮精幫寶寶洗頭。

越 Dùng dầu gội em bé gội đầu cho bé.

拼 縱奏貴煙別，貴豆桌別

➲ 中 幫寶寶洗澡後，要趕快用毛巾擦乾。

越 Khi tắm cho bé xong, phải nhanh chóng dùng khăn tắm lau khô.

拼 科膽桌別雙，斐囡種縱看旦撈枯

➲ 中 幫寶寶擦嬰兒油。

越 Xoa dầu em bé cho bé.

拼 刷奏煙別桌別

➲ 中 幫寶寶擦嬰兒乳液。

越 Xoa kem em bé cho bé.

拼 刷跟煙別桌別

➲ 中 幫寶寶擦痱子粉。

越 Xoa phấn rôm cho bé.

拼 刷粉潤桌別

➲ 中 用棉花棒小心幫寶寶清潔耳朵。

越 Dùng tăm bông cẩn thận làm sạch tai bé.

拼 縱單崩，艮裓爛散呆別

➲ 中 幫寶寶剪指甲。

越 Cắt móng tay cho bé.

拼 感猛呆桌別

➲ 中 要注意寶寶的安全和衛生。

越 Phải chú ý sự an toàn và vệ sinh của bé.

拼 斐竹宜事安斷，法衛星果別

⑥ 寶寶生病

BÉ BỊ ỐM

別必文

➲ 中 要隨時注意寶寶的體溫。

越 Phải luôn luôn chú ý thân nhiệt của bé.

拼 斐掄掄竹宜，探鎳果別

➲ 中 每四個小時吃一次藥。

越 Mỗi bốn tiếng uống thuốc một lần.

拼 模本頂，甕陀莫愣

➲ 中 寶寶發燒生病，要讓他多喝水、休息。

越 Bé bị sốt ốm, phải cho bé uống nhiều nước, nghỉ ngơi.

拼 別必俗文，斐桌別甕扭挪，你威

➲ 中 寶寶好像感冒了要注意保暖。

越 Hình như bé bị cảm rồi phải chú ý giữ ấm.

拼 哼呢別必感瑞，斐竹宜子嗯

➲ 中 感冒要多喝開水。

越 Bị cảm phải uống nhiều nước .

拼 必感斐甕扭挪

➲ 中 我要帶寶寶去打預防針。

越 Phải đưa bé đi chích ngừa.

拼 斐多別低及握

➲ 中 寶寶打預防針後，會有發燒的現象。

越 Sau khi bé chích ngừa, sẽ có hiện tượng sốt.

拼 艘科別及握，寫國漢瞪俗

➲ 中 寶寶好像生病了。

越 Hình như bé bị ốm rồi.

拼 哼呢別必文瑞

➲ 中 寶寶的皮膚過敏。

越 Da bé bị dị ứng.

拼 匝別必自瓮

➲ 中 寶寶在長水痘。

越 Bé đang lên thủy đậu.

拼 別當楞腿豆

➲ 中 寶寶一直在咳嗽。

越 Bé cứ ho suốt.

拼 別股喝所

➲ 中 寶寶如果有異狀或發燒，要趕快通知雇主。

越 Nếu bé bất thường hoặc sốt, phải báo ngay cho chủ.

拼 扭別本痛化俗，斐雹耐桌主

➲ 中 萬一寶寶生病，要趕快想辦法聯絡雇主、家人。

越 Chẳng may bé ốm, phải tìm cách liên lạc ngay với chủ, người nhà.

拼 長埋別文，斐定軋連辣耐偉主，位那

➲ 中 有急事，打這個電話給我。

越 Nếu có việc gấp, gọi số điện thoại này cho tôi.

拼 扭國月格，貴牘電太耐桌堆

⑦ 照顧寶寶的生活

CHĂM LO CUỘC SỐNG CỦA BÉ

沾囉過悚果別

中 不要常讓寶寶吃奶嘴。

越 Đừng để bé thường xuyên ngậm núm vú.

拼 瞪底別痛宣嫩奴無

中 不要讓寶寶吃手。

越 Đừng để bé mút tay.

拼 瞪底別母呆

中 去抱寶寶。

越 Đi ẵm bé.

拼 低俺別

中 寶寶的衣服、圍兜髒了，要換穿乾淨的。

越 Quần áo, yếm của bé bị dơ rồi, phải thay mặc đồ sạch.

拼 棍熬，厭果別必仄瑞，斐胎罵度散

中 多和寶寶玩。

越 Hay chơi đùa với bé.

拼 害遮剁偉別

中 和寶寶在一起的時候，要讓他感到愛和關懷，多逗他笑。

越 Khi ở cùng bé, phải để bé cảm thấy được yêu thương và quan tâm, hay chọc bé cười.

拼 科噁共別，斐底別感台的腰騰法關燈，害這別給

4 照顧嬰兒

CHĂM SÓC EM BÉ
沾啥㜇別

中 寶寶在學走路。

越 Bé đang tập đi.

拼 別當瞪低

中 放音樂給寶寶聽。

越 Mở nhạc cho bé nghe.

拼 模那桌別耶

中 小聲一點，不要嚇到寶寶。

越 Nhỏ tiếng một chút, đừng làm bé sợ.

拼 諾頂莫竹，瞪爛別碩

中 讓寶寶多爬行，少坐學步車。

越 Để bé bò nhiều hơn, ít ngồi xe tập đi một chút.

拼 底別播扭昏，宜位撒瞪低末住

中 出去要帶寶寶的推車。

越 Ra ngoài phải đem theo xe đẩy của bé.

拼 匝外斐顛挑撒歹果別

中 帶寶寶出門，注意外面的天氣變化。

越 Đưa bé ra khỏi nhà, chú ý sự thay đổi thời tiết bên ngoài.

拼 多別匝傀那，竹宜事胎對特跌，邊外

中 幫寶寶帶件外套，冷了就幫他穿上。

越 Đem theo một chiếc áo khoác cho bé, trời lạnh thì mặc cho bé.

拼 顛挑莫節熬垮桌別，這浪替罵桌別

8 寶寶的安全第一

47

AN TOÀN CỦA BÉ LÀ ĐỀU THỨ NHẤT

安斷果別辣柳疼應

⊃ 中 不要讓寶寶放東西在嘴裡。

越 Đừng để bé bỏ đồ vào miệng.

拼 瞪底別跛度要命

⊃ 中 小東西不要隨便放，以免寶寶放進嘴裡吃。

越 Những đồ vật nhỏ không được để bừa bãi, để tránh bé bỏ vào miệng nhai.

拼 能度問諾，空的底播百，底展別跛要命耐

⊃ 中 不要讓寶寶單獨在房間裡。

越 Không được để bé ở trong phòng một mình.

拼 空的底別，嗯中放莫命

⊃ 中 不要讓寶寶離開你的視線範圍。

越 Không được để bé rời khỏi tầm mắt của cô.

拼 空的底別，瑞傀瞪麻果郭

⊃ 中 抱嬰幼兒時不要用力搖，以免傷到孩子。

越 Khi ẵm trẻ sơ sinh không được lắc mạnh, để tránh làm bé bị thương.

拼 科俺解賒興，空的刺慢，底展爛別必湯

中 不要讓嬰幼兒進廚房。

越 Không được cho trẻ nhỏ vào nhà bếp.

拼 空的桌解諾要那北

中 不要讓寶寶靠近窗子。

越 Không được để bé lại gần cửa sổ.

拼 空的底別賴互葛所

中 別讓寶寶接觸危險的東西。

越 Không để bé tiếp xúc với đồ vật nguy hiểm.

拼 空底別跌俗偉，度問威狠

中 危險！小心寶寶跌倒。

越 Nguy hiểm! Coi chừng bé bị té.

拼 威狠！歸正別必跌

中 家裡有樓梯，不要讓寶寶自己跑去爬。

越 Trong nhà có cầu thang, không được để bé tự trèo.

拼 中那國夠湯，空的底別度叫

中 不要讓年紀小的兄姐，和嬰兒單獨在一起。

越 Không được để các anh chị ít tuổi chơi một mình vôi bé.

拼 空的底軋安記宜對，遮末滿唷別

中 不可以打寶寶。

越 Không được đánh bé.

拼 空的膽別

主雇溝通篇
CHỦ VÀ NGƯỜI GIÚP VIỆC ĐỐI THOẠI
主法位族月對太

寶寶今天好不好？

越 Hôm nay bé có khỏe không ?

拼 昏耐別國傀空

寶寶的精神很好。

越 Tinh thần của bé rất tốt.

拼 丁褪果別熱奪

為什麼寶寶哭鬧得那麼厲害？

越 Tại sao bé quấy khóc dữ vậy ?

拼 帶艘別軌卡子位

寶寶最近在長牙，人不舒服。

越 Dạo này bé đang mọc răng, trong người khó chịu.

拼 造耐別當莫嚷，中位殼就

寶寶有發燒嗎？

越 Bé có sốt không?

拼 別國俗空

沒有，我可以帶他出去走走嗎？

越 Không, tôi có thể đưa bé ra ngoài dạo một chút không ?

拼 空，堆國鐵多別匝外造莫竹空

單字一點通

TỪ MỚI – DỄ HỌC DỄ NHỚ

度每 - 子賀子呢

中 奶瓶
越 Bình sữa
拼 並捨

中 麥粉
越 Bột mạch
拼 播麥

中 奶嘴
越 Núm vú
拼 農無

中 痱子粉
越 Phấn rôm
拼 粉潤

中 尿布
越 Tã (Bỉm)
拼 打（丙）

中 毛巾
越 Khăn mặt (=Khăn tắm 浴巾)
拼 康莽（康旦）

中 預防針
越 Mũi chích ngừa (Tiêm phòng)
拼 每及握（顛放）

中 頑皮
越 Nghịch ngợm(Bướng bỉnh)
拼 逆問（繃丙）

中 圍兜
越 Yếm
拼 營

中 可愛
越 Dễ thương
拼 子湯

中 尿盆
越 Bô đi tiểu
拼 撥低挑

中 電熱器
越 Đồ nhiệt điện
拼 度鎳電

5 照顧幼童

—— CHĂM SÓC TRẺ EM

沾啥解煙

❶ 接送上學

ĐƯA ĐÓN EM ĐI HỌC

多頓煙低賀

➲ 中 每天接送小孩上學。

越 Hàng ngày đưa đón em đi học.

拼 沆奈多頓煙低賀

➲ 中 帶小孩去上學。

越 Dẫn em đi học.

拼 怎煙低賀

➲ 中 送小孩去坐校車。

越 Dẫn em lên xe đưa đón của trường.

拼 怎煙楞撒多頓果正

➲ 中 送小孩去幼稚園上課。

越 Dẫn em đến trường mẫu giáo học.

拼 怎煙點整毛饒

➲ 中 注意時間別遲到！

越 Chú ý thời gian đừng đến muộn.

拼 竹宜特簪，瞪點悶

➲ 中 過馬路要小心。

越 Qua đường phải cẩn thận.

拼 刮瞪斐艮褪

➲ 中 只上半天課，要接他放學。

越 Chỉ học nửa ngày, phải đón em tan học.

拼 幾賀諾奈，斐頓煙單賀

➲ 中 放學後要準時去接他。

越 Phải đến đón em đúng giờ tan học.

拼 斐點頓煙懂仄單賀

➲ 中 送孩子到補習班。

越 Dẫn em đến lớp học bổ túc.

拼 怎煙點羅賀伯冬

➲ 中 送孩子去上電腦課。

越 Dẫn em đi học môn vi tính.

拼 怎煙低賀悶威頂

➲ 中 送孩子去上作文課。

越 Dẫn em đi học môn làm văn.

拼 怎煙低賀悶爛灣

➲ 中 送孩子去上珠心算課。

越 Dẫn em đi học môn bàn tính.

拼 怎煙低賀悶辦頂

➲ 中 送孩子去上鋼琴課。

越 Dẫn em đi học đàn Piano.

拼 怎煙低賀但批阿奴

➲ 中 送孩子去上繪畫課。

越 Dẫn em đi học môn vẽ.

拼 怎煙低賀悶也

➲ 中 記得接他回家。

越 Nhớ đón em về nhà.

拼 呢頓煙業那

❷ 照顧孩子的飲食

CHĂM LO VIỆC ĂN UỐNG CỦA TRẺ

沾囉月安瓮果解

➲ 中 準備早餐給孩子吃。

越 Chuẩn bị bữa sáng cho trẻ con ăn.

拼 准必跛嗓桌解闒安

➲ 中 提醒孩子吃早餐。

越 Nhắc trẻ con ăn sáng.

拼 拿解闒安嗓

➲ 中 要準備午餐便當。

越 Phải chuẩn bị cơm hộp bữa trưa.

拼 斐准必棍貨跛遮

➲ 中 給孩子準備點心。

越 Chuẩn bị đồ điểm tâm cho trẻ con.

拼 准必度點燈桌解闒

➲ 中 飯前要叫孩子洗手。

越 Trước khi ăn cơm phải bảo trẻ con rửa tay.

拼 折科安跟，斐保解闒惹呆

5 照顧幼童

CHĂM SÓC TRẺ EM

沾啥解婐

中 飯後要叫孩子刷牙。

越 Ăn cơm xong phải bảo trẻ con đánh răng.

拼 安跟雙，斐保解闟，檔嚷

中 接近正餐的時間，不要給他吃零食。

越 Gần tới giờ bữa chính, không được cho bé ăn quà vặt.

拼 亙得唷跛竟，空的桌別安掛訝

中 不要讓孩子吃帶刺的東西。

越 Không được để trẻ con ăn đồ có xương.

拼 空的底解闟，安度國雙

中 不要給孩子太多零食。

越 Không được cho trẻ con quá nhiều quà vặt.

拼 空的桌解闟，寡扭掛訝

❸ 照顧孩子的生活

CHĂM LO SINH HOẠT CỦA TRẺ EM

沾囉身黃骨解煙

50

➲ 中 每天早上要叫醒孩子們。

越 Mỗi buổi sáng phải đánh thức tụi trẻ.

拼 每不嗓，斐檔特對解

➲ 中 幫小朋友穿衣服、梳洗。

越 Giúp trẻ con mặc quần áo, chải đầu rửa mặt.

拼 族解闞罵棍熬，窄豆惹罵

➲ 中 摺棉被、整理床鋪。

越 Xếp mền, dọn dẹp giường ngủ.

拼 先悶，唷言贈柔

➲ 中 幫他換上制服。

越 Thay đồng phục cho trẻ em.

拼 胎動負桌解煙

➲ 中 天涼了，要多帶件外套。

越 Trời lạnh rồi, phải mang thêm chiếc áo khoác.

拼 這浪瑞，斐忙添節熬垮

5 照顧幼童

CHĂM SÓC TRẺ EM
沾啥解煙

➲ 中 帶孩子去上廁所。

越 Dẫn trẻ em đi toa-lét.

拼 怎解煙低多雷

➲ 中 幫小孩洗澡。

越 Tắm cho trẻ con.

拼 膽桌解闟

➲ 中 小孩要洗頭。

越 Phải gội đầu cho trẻ con.

拼 斐貴豆桌解闟

➲ 中 用吹風機吹乾他的頭髮。

越 Dùng máy sấy sấy khô tóc cho trẻ con.

拼 縱埋隨，隨枯奪桌解闟

➲ 中 先去放洗澡水。

越 Đi pha nước tắm trước.

拼 低發挪膽折

➲ 中 洗澡水不要太燙。

越 Nước tắm đừng nóng quá.

拼 挪膽瞪濃寡

➲ 中 要先放冷水後再放熱水。

越 Phải cho nước lạnh trước rồi mới cho nước nóng.

拼 斐桌挪浪折，瑞沒桌挪濃

➲ 中 該剪指甲了！

越 Phải cắt móng tay rồi !

拼 斐感猛呆瑞

➲ 中 幫她綁頭髮。

越 Cột tóc giùm bé gái .

拼 過奪永別改

➲ 中 讓他們自己動手。

越 Để tụi trẻ tự tay làm.

拼 底對解，度呆爛

➲ 中 衣服髒了要換。

越 Quần áo dơ rồi phải thay.

拼 棍熬仄瑞，斐胎

➲ 中 帶孩子去看醫生。

越 Dẫn trẻ đi khám bác sĩ.

拼 怎解低看拔洗

5 照顧幼童

CHĂM SÓC TRẺ EM

沾啥解煙

➲ 中 別讓孩子看太久電視。

越 Đừng để trẻ xem tivi quá lâu.

拼 瞪底解，先低威寡摟

➲ 中 看電視距離不要太近。

越 Xem tivi cách xa một chút không được gần quá.

拼 先低威，乾沙末住，空的亙寡

➲ 中 陪他做功課。

越 Kèm trẻ em làm bài tập.

拼 亙解煙爛敗瞪

➲ 中 幫忙收拾地上的玩具。

越 Dọn dẹp giùm đồ chơi trên mặt đất .

拼 唷研永度遮真罵的

➲ 中 帶孩子去附近公園散步。

越 Dẫn trẻ con đi dạo ở công viên gần đây.

拼 怎解關低造噁公鴛亙帶

➲ 中 不要讓孩子接觸外面的野狗、野貓。

越 Không được để trẻ con tiếp xúc chó lạ, mèo lạ bên ngoài.

拼 空的底解棍跌俗濁辣，妙辣邊外

➲ 中 牽著他，別讓孩子走丟。

越 Dắt em, đừng để em đi lạc.

拼 咱煙，瞪底煙低辣

➲ 中 避免讓陌生人接觸孩子。

越 Tránh để người lạ tiếp xúc với trẻ con.

拼 展底位辣，跌俗偉解關

➲ 中 晚上九點讓孩子上床睡覺。

越 Chín giờ tối cho trẻ lên giường ngủ.

拼 僅仄對，桌解楞贈努

➲ 中 孩子睡覺時注意幫他蓋被。

越 Khi trẻ ngủ chú ý giúp trẻ đắp mền.

拼 科解努，竹宜族解達悶

➲ 中 孩子明天過生日。

越 Ngày mai là sinh nhật của trẻ em.

拼 奈埋辣興嫩果解煙

➲ 中 我們要幫他開慶生會。

越 Chúng ta sẽ làm lễ mừng sinh nhật cho trẻ em.

拼 種搭寫爛禮夢興嫩，桌解煙

5 照顧幼童

CHĂM SÓC TRẺ EM

沾啥解煙

➲ 中 照顧小孩要有耐心。

越 Chăm sóc trẻ em phải có lòng kiên nhẫn.

拼 沾啥解煙，斐國楞跟嫩

➲ 中 孩子很頑皮要告訴我。

越 Trẻ nghịch quá phải cho tôi biết.

拼 解認寡，斐桌堆別

➲ 中 孩子不乖要告訴我。

越 Trẻ không ngoan phải cho tôi biết.

拼 解空暖，斐桌堆別

➲ 中 小孩做錯事，不可自行懲罰，要報告雇主處理。

越 Trẻ mắc lỗi, không được tự xử phạt, phải báo cho chủ xử lý.

拼 解麻壘，空的度宜使罰，斐雹桌主駛離

主雇溝通篇
CHỦ VÀ NGƯỜI GIÚP VIỆC ĐỐI THOẠI
主法位族月對太

幾點要叫醒小孩？

越 Mấy giờ phải đánh thức trẻ con ạ ?

拼 沒仄斐檔特解闗阿

每天早上七點叫醒小孩。

越 Hàng ngày bảy giờ sáng đánh thức trẻ con.

拼 沆奈北仄嗓，檔特解棍

太太，彼得回家不寫功課一直打電動。

越 Thưa bà chủ, Peter về nhà không làm bài chỉ lo chơi điện tử.

拼 託霸主，彼得業那空爛敗，幾囉遮電賭

好！我會管教他。

越 Được! Tôi sẽ dạy dỗ nó.

拼 的！堆寫再組挪

單字一點通

TỪ MỚI – DỄ HỌC DỄ NHỚ

度每 - 子賀子呢

中 上學
越 Đi học
拼 低賀

中 水壺
越 Ấm nước
拼 文挪

中 洗澡
越 Tắm
拼 膽

中 點心
越 Điểm tâm
拼 點燈

中 洗頭
越 Gội đầu
拼 貴豆

中 功課
越 Bài (Bài tập)
拼 敗（敗瞪）

中 補習班
越 Lớp bổ túc
拼 羅伯都

6 老人、病人看護

—— CHĂM SÓC NGƯỜI GIÀ (NGƯỜI BỆNH)

沾啥位匝（位病）

❶ 飲食、吃藥

ĂN UỐNG, UỐNG THUỐC

安瓮，瓮陀

CHỦ THỬ NÓI XEM
主土挪先

➲ 中 餵完飯，幫他把嘴巴擦乾淨。

越 Cho ăn cơm xong, giúp ông ấy lau miệng sạch sẽ.

拼 遮安跟雙，族翁偉撈命散寫

➲ 中 提醒他按時吃藥。

越 Nhắc ông ấy uống thuốc đúng giờ.

拼 拿翁偉，瓮陀懂仄

➲ 中 配開水吞服藥物。

越 Uống thuốc bằng nước teấng.

拼 瓮陀，棒挪雖

➲ 中 不能用茶或牛奶吞服藥物。

越 Không được dùng trà hoặc sữa uống thuốc.

拼 空的縱炸，化捨瓮陀

➲ 中 食物不要太硬。

越 Thức ăn không được cứng quá.

拼 特安，空的耿寡

中 準備稀飯。

越 Chuẩn bị cháo trắng.

拼 准必找漲

中 準備麥片粥。

越 Chuẩn bị cháo mạch.

拼 准必找麥

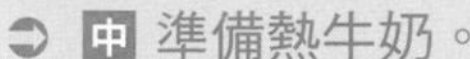

中 準備熱牛奶。

越 Chuẩn bị sữa nóng.

拼 准必捨濃

中 請準備清淡的食物。

越 Chuẩn bị thức ăn lạt.

拼 准必特安朗

中 老太太（先生）早餐習慣吃稀飯配醬菜。

越 Bà cụ (Ông cụ) bữa sáng quen ăn cháo trắng với dưa muối.

拼 霸故（翁故）跛嗓關安找漲偉惹妹

中 餵食病人要慢慢來。

越 Cho người bệnh ăn phải từ từ.

拼 桌未病安，斐度度

➲ 中 小心食物不要太燙。

越 Cẩn thận thức ăn đừng nóng quá.

拼 艮褪，特安瞪濃寡

➲ 中 病人的腸胃不佳。

越 Đường ruột của người bệnh không tốt.

拼 瞪若，果位病空奪

➲ 中 有沒有放屁？

越 Có trung tiện không ?

拼 狗中店空

❷ 照顧生活起居

CHĂM LO SINH HOẠT HÀNG NGÀY

沾囉興化沆奈

➲ 中 把枕頭放高一點。

越 Kê gối cao một chút.

拼 接軌高莫竹

➲ 中 把枕頭放低一點。

越 Để gối thấp một chút.

拼 列軌搭莫竹

➲ 中 把床搖高一點。

越 Chỉnh giường cao một chút.

拼 警贈高莫竹

➲ 中 把床搖低一點。

越 Chỉnh giường thấp một chút.

拼 警贈搭莫竹

➲ 中 把床搖平。

越 Chỉnh giường cao bằng.

拼 警贈高榜

中 每天量血壓。

越 Hàng ngày đo huyết áp.

拼 沆奈多回雅

中 幫他量體溫。

越 Đo nhiệt độ cho ông ấy.

拼 多鎳度桌翁偉

中 幫他按摩手（腳）。

越 Xoa bóp tay (chân) cho ông ấy.

拼 刷伯呆（真）桌翁偉

中 幫他按摩肩膀

越 Bóp vai cho ông ấy.

拼 伯歪桌翁偉

中 幫爺爺把假牙拔下來，刷乾淨後泡在開水杯裡。

越 Giúp ông bỏ răng giả ra, sau khi cọ sạch ngâm vào ly nước.

拼 族翁跛嚷假匜，艘科過散，溫要哩挪

中 每天要幫爺爺刮鬍子。

越 Hàng ngày phải cạo râu giúp ông.

拼 沆奈斐告肉族翁

中 耳朵後面的污垢要洗乾淨。

越 Phải rửa sạch cáu ghét phía sau tai.

拼 斐惹散搞給，肥艘呆

➲ 中 剛洗完澡來修剪指甲最好。

越 Cắt sửa móng tay ngay sau lúc tắm xong là tốt nhất.

拼 感捨猛呆，耐艘盧膽雙，辣奪呢

➲ 中 浴室地板保持乾燥。

越 Giữ sàn nhà tắm khô ráo.

拼 子賞那膽枯饒

➲ 中 飯前、飯後一小時內不要幫他洗澡。

越 Một tiếng trước, sau khi ăn cơm không được tắm cho ông ấy.

拼 莫頂折，艘科安跟，空的膽桌翁偉

➲ 中 幫病人洗澡、擦洗身體。

越 Giúp người bệnh tắm, lau rửa thân thể.

拼 族位病膽，撈惹吞鐵

➲ 中 洗澡水不能太燙或太冷。

越 Nước tắm không được nóng quá hoặc lạnh quá.

拼 挪膽空的濃寡，化浪寡

➲ 中 要常幫病人翻身。

越 Phải thường xuyên giúp người bệnh trở mình.

拼 斐痛宣族位病者命

➲ 中 要協助病人上廁所。

越 Phải giúp người bệnh đi vệ sinh.

拼 斐族位病，低衛星

⊃ 中 幫病人檢查尿布有沒有濕。

越 Giúp người bệnh kiểm tra tã có bị ướt không.

拼 族位病艮渣，打國必額空

⊃ 中 幫病人換尿布。

Thay tã cho người bệnh.

拼 胎達桌位病

⊃ 中 提醒他早晚添加衣物。

越 Nhắc ông ấy buổi sáng và tối phải mặc thêm quần áo.

拼 拿翁偉，跛嗓法對，斐罵添棍敖

⊃ 中 上下樓梯要扶持。

越 Lên xuống cầu thang phải dìu đỡ.

拼 楞悚夠湯，斐奏了

⊃ 中 走路要小心。

越 Đi đường phải cẩn thận.

拼 低瞪斐艮褪

⊃ 中 小心地板滑。

越 Cẩn thận sàn nhà trơn.

拼 艮褪散那真

➲ 中 電視聲音開大點，他聽不見。

越 Mở ti vi lớn tiếng một chút, ông ấy không nghe thấy.

拼 抹多低威莫竹，翁偉空耶台

➲ 中 去請護士來。

越 Đi mời hộ lý tới.

拼 低妹護理得

➲ 中 有異狀要趕快通知雇主或醫護人員。

越 Có bất thường phải báo ngay cho chủ hoặc nhân viên y tế.

拼 國本痛，斐雹耐桌主，化嫩寃醫底

➲ 中 房間的光線要柔和，空氣要清新流暢。

越 Ánh sáng trong phòng phải dịu, không khí phải trong sạch lưu thông.

拼 俺嗓中放斐奏，空傀斐中散，流通

➲ 中 房間的便桶要清理乾淨，以免產生異味。

越 Bô đi cầu trong phòng phải rửa sạch sẽ, tránh gây mùi khó chịu.

拼 撥低夠中放，斐仍散寫，展給妹殼就

③ 外出

ĐI RA NGOÀI

低匝外

➲ 中 老人家走路時，要注意避免讓他跌倒、發生意外。

越 Khi người già đang đi , phải chú ý tránh đừng để người già bị té, xảy ra tai nạn.

拼 科位匝朗低，斐竹宜，展冷底位匝必跌，賽匝呆難

➲ 中 陪他去外面散步。

越 Đưa ông ấy ra ngoài đi dạo.

拼 多翁偉匝外，低造

➲ 中 他的行動困難，走路需要扶持。

越 Ông ấy cử động khó khăn, đi lại phải dìu đỡ.

拼 翁偉鼓動殼刊，低賴斐奏了

➲ 中 天氣太熱（冷）不要出去。

越 Thời tiết nóng (lạnh) quá không được ra ngoài.

拼 特跌濃（浪）寡，空的匝外

➲ 中 用輪椅推病人外出散步。

越 Dùng xe lăn đưa người bệnh ra ngoài dạo chơi.

拼 縱撒藍，多位病匝外造追

➲ 中 推他去公園曬太陽。

越 Đẩy xe đưa ông ấy ra công viên phơi nắng.

拼 歹撒，多翁偉匝公鴛，非囊

➲ 把輪椅擦乾淨。

越 Lau sạch xe lăn.

拼 撈散撒藍

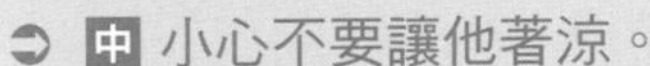

➲ 中 小心不要讓他著涼。

越 Cẩn thận không được để ông ấy nhiễm lạnh.

拼 艮褪，空的底翁偉念浪

➲ 陪他去做復健。

越 Đưa ông ấy đi tập phục hồi sức khỏe.

拼 多翁偉，低瞪，復會捨傀

➲ 中 陪他去醫院看門診。

越 Đưa ông ấy đi bệnh viện khám bệnh.

拼 多翁偉，低病院看病

➲ 中 過馬路要小心安全。

越 Qua đường phải chú ý an toàn.

拼 刮瞪斐竹宜安斷

❹ 態度

THÁI ĐỘ

台度

➲ 中 她有點重聽，講話聲音大點。

越 Bà ấy hơi nặng tai, phải nói lớn tiếng một chút.

拼 霸偉揮囊呆，斐挪了頂莫竹

➲ 中 要注意病人的需求。

越 Phải chú ý nhu cầu của người bệnh.

拼 斐竹宜奴夠，果位病

➲ 中 老人家常用到的東西，要放到固定、好拿的地方。

越 Đồ vật người già thường dùng đến, phải để vào nơi cố định, dễ lấy.

拼 度問位匝燙縱點，斐底要內固定，惹雷

➲ 中 對病人要有耐心及愛心。

越 Đối với người bệnh phải có lòng kiên nhẫn và lòng nhân ái.

拼 對偉位病，斐國楞跟嫩，法楞嫩癌

➲ 中 對待老人家要有禮貌。

越 Phải lễ phép đối với người già.

拼 斐禮肥，對偉位匝

➲ 中 和老人家相處要多聽少發言。

越 Sống cùng người già phải nói ít nghe nhiều.

拼 悚共位匝斐挪宜，耶扭

➲ 中 照顧病人或老人，動作要輕柔。

越 Chăm sóc người bệnh hoặc người già, động tác phải nhẹ nhàng.

拼 沾啥位病化位匝，動達斐呢囊

➲ 中 要好好照顧病人，避免讓他遭到傷害。

越 Phải chăm sóc người bệnh chu đáo, để tránh làm họ bị thương.

拼 斐沾啥位病諸島，底展爛或北湯

➲ 中 需看護的老人若無法說話，要觀察他的表情變化及需求。

越 Nếu người già mà bạn chăm sóc không nói được, phải quan sát sự thay đổi bề ngoài và nhu cầu của họ.

拼 牛位匝罵伴沾啥，空挪的，斐關啥事，胎對彎外，法奴夠果或

6 老人、病人看護

CHĂM SÓC NGƯỜI GIÀ (NGƯỜI BỆNH)
沾啥位匝（位病）

越南移工．看護說說看　NGƯỜI GIÚP VIỆC THỬ NÓI XEM
位族月疼揶先

➲ 中 阿公（阿媽）會不會累？
羅【a gueng(a ma) hyuei byu hyuei lei】
越 Ông(Bà) có mệt không ?
拼 翁（霸）國滅空？

➲ 中 要不要休息一下？
羅【iau byu iau shiou shi I shia】
越 Có cần nghỉ một lát không ?
拼 國亙你莫剌空

➲ 中 你哪裡痛？
羅【ni na li tueng】
越 Ông đau ở chỗ nào ?
拼 翁刀噁主鬧

➲ 中 會不會冷？
羅【hyuei byu hyuei leng】
越 Có lạnh không ?
拼 國浪空

➲ 中 會不會熱？
羅【hyuei byu hyuei re】
越 Có nóng không ?
拼 國濃空

➲ 中 要不要看電視？
羅【iau byu iau kan dian sh】
越 Muốn xem ti vi không ?
拼 門先低威空

➲ 中 要不要看書？

羅【iau byu iau kan shu】

越 Muốn xem sách không ?

拼 門先啥空

➲ 中 要不要看雜誌？

羅【iau byu iau kan ja j】

越 Muốn xem tạp chí không?

拼 門新大吉空

➲ 中 要不要看報紙？

羅【iau byu iau kan bau j】

越 Muốn xem báo không ?

拼 門先雹空

➲ 中 要不要睡午覺？

羅【iau byu iau shyuei u jian】

越 Muốn ngủ trưa không ?

拼 門努遮空

➲ 中 要不要下床走動？

羅【iau byu iau shua chuan tzou dueng】

越 Muốn xuống giường đi lại không ạ ?

拼 門悚贈低賴空阿

➲ 中 要不要坐輪椅出去散步？

羅【iau byu iau tzuo luen I chu chyu san bu】

越 Có muốn ngồi xe lăn ra ngoài dạo chơi không ?

拼 國門位撒藍匝外，造追空

中 要不要洗澡？

羅【iau byu iau shi tzau】

越 Muốn tắm không ?

拼 門膽空

中 這樣舒不舒服？

羅【je iang shu byu shu fu】

越 Như thế này dễ chịu không ?

拼 呢鐵耐子就空

中 慢慢來，不要急。

羅【man man lai,byu iau ji】

越 Cứ từ từ, đừng vội.

拼 古度度，瞪未

中 要不要穿外套？

羅【iau byu iau shuan uai tau】

越 Cần mặc áo khoác không ?

拼 亙罵熬垮空

中 要不要脫外套？

羅【iau byu iau tuo uai tau】

越 Cần cởi áo khoác không ?

拼 亙格熬垮空

➲ 中 你要小便嗎？

羅 【ni iau shiau bian ma】

越 Ông muốn đi tiểu không ?

拼 翁門低挑空

➲ 中 你要大便嗎？

羅 【ni iau da bian ma】

越 Ông muốn đi cầu không ?

拼 翁門低夠空

➲ 中 你有便秘嗎？

羅 【ni iau bian mi ma】

越 Ông có bị táo bón không?

拼 翁國必倒本空

➲ 中 有人來看你。

羅 【iou ren lai kan ni】

越 Có người đến thăm ông.

拼 國位點探翁

➲ 中 不要怕，我會幫你。

羅 【byu iau pa,uo huei bang ni】

越 Đừng sợ, cháu sẽ giúp ông.

拼 瞪捨，找寫族翁

★【 】內為羅馬拼音，讓越南移工．看護學中文

主雇溝通篇
CHỦ VÀ NGƯỜI GIÚP VIỆC ĐỐI THOẠI
主法位族月對太

太太，老太太最近吃得很少、精神很差。

越 Thưa bà chủ, bà cụ gần đây ăn rất ít, tinh thần rất kém.

拼 託霸主，霸故亙帶安熱宜，丁褪熱亙

好，我會帶她去做檢查。

越 Được, tôi sẽ đưa bà cụ đi kiểm tra.

拼 的，堆寫多霸故，低艮渣

我陪爺爺去公園散步。

越 Tôi dẫn ông cụ đi dạo công viên.

拼 堆怎翁故，低造公鴛

大概去一個小時就要回來。

越 Khoảng một tiếng đồng hồ thì phải về.

拼 況莫頂動戶，替斐業

單字一點通

TỪ MỚI – DỄ HỌC DỄ NHỚ

度每 - 子賀子呢

中 心臟病
越 Bệnh tim
拼 病丁

中 藥丸
越 Thuốc viên
拼 陀冤

中 高血壓
越 Cao huyết áp
拼 高回雅

中 感冒
越 Cảm
拼 感

中 糖尿病
越 Bệnh tiểu đường
拼 病挑瞪

中 復健
越 Phục hồi sức khỏe
拼 復會捨傀

中 中風
越 trúng phong (Bệnh xuất huyết não)
拼 中風（病所回腦）

中 輪椅
越 Xe lăn
拼 撒藍

中 骨折
越 Sai khớp
拼 塞刻

中 枴杖
越 Cây nạng
拼 該能

中 太硬
越 Cứng quá
拼 耿寡

中 沒味道
越 Nhạt nhẽo (Không mùi vị)
中 那鳥（空妹味）

中 太軟
越 Mềm quá
拼 悶寡

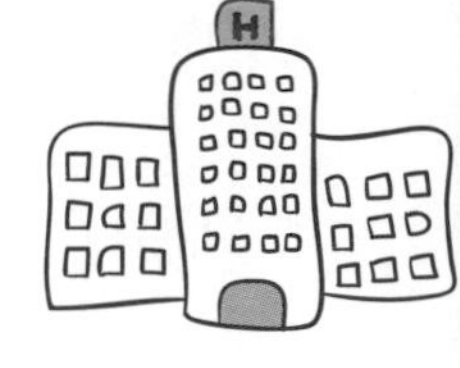

7 生活應用
—— ỨNG DỤNG TRONG SINH HOẠT HÀNG NGÀY
甕縱中身黃沆奈

❶ 接聽電話

NGHE ĐIỆN THOẠI
耶電太

越南移工・看護說說看 NGƯỜI GIÚP VIỆC THỬ NÓI XEM
位族月疼挪先

中 請問你要找誰？

越 Xin hỏi ông tìm ai ?

拼 新毀翁定唉

中 請問哪裡找？

越 Xin hỏi ở đâu gọi đến ạ ?

拼 新毀噁都貴點阿

中 請問貴姓大名？

越 Làm ơn cho biết quý danh ?

拼 爛恩桌別貴簪

中 要不要留話？

越 Có cần nhắn lại không ạ ?

拼 國亙難賴空阿

中 請問你的電話號碼幾號？

越 Xin hỏi điện thoại của ông số mấy ?

拼 新毀電太果翁贖沒

➲ 中 沒問題，我會告訴他。

越 Không vấn đề gì, tôi sẽ nói với ông ấy.

拼 空穩地記，堆寫挪偉翁偉

➲ 中 有人打電話給你。

越 Có người gọi điện thoại cho ông.

拼 國位貴電太桌翁

➲ 中 請你等一下。

越 Xin ông đợi một lát.

拼 新翁的莫剌

➲ 中 先生（太太）不在家。

越 Ông chủ (Bà chủ) không ở nhà.

拼 翁主（霸主）空嘔那

➲ 中 他剛好在洗澡。

越 Ông ấy đang tắm.

拼 翁偉當膽

➲ 中 他去上班了。

越 Ông ấy đi làm rồi.

拼 翁為低爛瑞

➲ 中 等一會再打給他（她）。

越 Lát nữa gọi lại cho ông ấy(bà ấy).

拼 剌諾，貴賴桌翁偉（霸偉）

❷ 招呼客人

TIẾP KHÁCH

跌卡

越南移工・看護說說看

NGƯỜI GIÚP VIỆC THỬ NÓI XEM
位族月疼挪先

➲ 中 有人在按鈴。

越 Có người đang nhấn chuông.

拼 國位當嫩裝

➲ 中 我去開門。

越 Tôi đi mở cửa.

拼 堆低抹葛

➲ 中 你要找誰？

越 Ông tìm ai ?

拼 翁定唉

➲ 中 請坐。

越 Mời ngồi.

拼 妹位

➲ 中 請喝茶

越 Mời uống trà.

拼 妹瓮炸

➲ 中 請吃水果、點心。

越 Mời ăn trái cây, điểm tâm.

拼 妹安宅該，點燈

雇主說說看 CHỦ THỬ NÓI XEM 主土挪先

➲ 中 我在忙，幫我接電話。

越 Tôi đang bận, nghe điện thoại giúp tôi.

拼 堆當奔，耶電太族堆

➲ 中 我不在家時，請對方留話。

越 Lúc tôi không ở nhà, mời đối phương nhắn lại.

拼 盧堆空嗯那，妹對方難來

➲ 中 沒有人在家，不要接聽電話。

越 Không có người ở nhà, không được nghe điện thoại.

拼 空國位嗯那，空的耶電太

➲ 中 這是我的行動電話號碼。

越 Đây là số điện thoại di động của tôi.

拼 帶辣贖電太資動，果堆

➲ 中 有急事就打我的行動電話。

越 Có việc gấp thì gọi điện thoại di động cho tôi.

拼 國月格，替貴電太資動，桌堆

➲ 中 我來接！

越 Để tôi nghe !

拼 底堆耶

中 我不在時有人留言嗎？

越 Khi tôi không ở nhà có người nhắn lời không ?

拼 科堆空嗯那，國位難了空

中 我不接（某人）的電話。

越 Tôi không nghe điện thoại của người nào đó.

拼 堆空耶電太，果位鬧朵

中 電話不要響太久。

越 Đừng để điện thoại reo lâu quá.

拼 瞪底電太，饒摟寡

中 電話壞了。

越 Điện thoại hư rồi.

拼 電太呼瑞

中 請他等一下，我馬上來接。

越 Mời ông ấy đợi một chút, tôi đến nghe ngay.

拼 妹翁偉的莫竹，堆點耶耐

中 電話（電鈴）響了！

越 Điện thoại(chuông điện) reo đấy !

拼 電太（裝電）饒歹

➲ 中 可能郵差在按鈴。

越 Có lẽ là người đưa thư đang bấm chuông.

拼 國倆喇，扔稜疼當半裝

➲ 中 我來開門。

越 Tôi ra mở cửa.

拼 堆匝抹葛

➲ 中 客人來要倒茶。

越 Khách đến phải rót trà.

拼 卡點斐若炸

➲ 中 要用雙手端茶給客人喝。

越 Phải dùng hai tay bưng trà mời khách uống.

拼 斐縱害呆崩炸，妹卡瓮

➲ 中 拿拖鞋給客人穿。

越 Lấy dép lê cho khách đi.

拼 雷則列桌卡低

➲ 中 招呼一下客人。

越 Tiếp khách giùm một chút.

拼 跌卡永末住

➲ 中 去泡茶。

越 Đi pha trà.

拼 低發炸

➲ 中 有客人來，要特別注意家中的清潔和禮貌。

越 Có khách tới, phải hết sức chú ý vệ sinh nhà cửa và lễ phép.

拼 國卡對，斐何時竹宜衛星那葛法禮肥

➲ 中 不要隨便開門！

越 Không được tùy tiện mở cửa !

拼 空的對電抹葛

➲ 中 不要隨便讓陌生人進來。

越 Không được tùy tiện cho người lạ vào.

拼 空的對電桌位辣要

主雇溝通篇

CHỦ VÀ NGƯỜI GIÚP VIỆC ĐỐI THOẠI

主法位族月對太

喂！太太在嗎？

越 Alô! Bà chủ có ở nhà không ?

拼 阿囉！霸主國噁那空

太太不在家。

越 Bà chủ không ở nhà.

拼 霸主空噁那

什麼時候回來？

越 Khi nào về ?

拼 科鬧業

不太清楚，要留言嗎？

越 Không rõ lắm, có nhắn lại không ạ ?

拼 空若藍，國難來空阿

❸ 外出、旅遊

ĐI RA NGOÀI, DU LỊCH

低匹外，租力

CHỦ THỬ NÓI XEM
主土挪先

中 這個禮拜有三天連續假期。

越 Tuần này có ba ngày nghỉ liên tục.

拼 頓耐國八奈你連度

中 我們要出國，請留下來看家！

越 Tôi phải đi nước ngoài, hãy ở lại coi giùm nhà !

拼 堆斐低挪外，害嘔來郭嚷那

中 我們要去玩，請你和我們同行。

越 Chúng tôi muốn đi chơi, mời cô đi cùng chúng tôi.

拼 種堆門低追，妹姑低共種堆

中 我們要去逛街。

越 Chúng tôi muốn đi dạo phố.

拼 種堆門低造佛

中 一起去附近爬山。

越 Cùng đi leo núi ở gần đây.

拼 共低撩餒嘔亙帶

➲ 中 到附近去散步。

越 Đi dạo quanh đây.

拼 低造闊帶

➲ 中 出門前記得關瓦斯和門窗。

越 Trước khi ra khỏi cửa nhớ tắt van ga và đóng cửa, cửa sổ.

拼 折科匝傀葛，呢達灣尬，法瞪葛，葛所

➲ 中 外出時不用的電器要關閉。

越 Khi đi ra ngoài những đồ điện không dùng đến phải tắt đi.

拼 科低匝外，能度電空縱點，斐達低

➲ 中 要記得家裡的地址和電話。

越 Phải ghi nhớ điện thoại và địa chỉ nhà.

拼 斐機呢，電太，法爹幾那

➲ 中 出門記得帶鑰匙。

越 Ra khỏi cửa nhớ mang theo chìa khóa.

拼 匝傀葛，呢忙挑界垮

➲ 中 我去停車，你在這裡等我。

越 Tôi đi đậu xe, cô ở đây đợi tôi .

拼 堆低豆撒，姑噁帶的堆

中 要記得家裡附近的路。

越 Phải ghi nhớ những con đường gần nhà.

拼 斐歸呢，能棍蹬亙那

中 我用摩托車載你去。

越 Tôi lấy xe gắn máy chở cô đi.

拼 堆雷撒感埋，者姑低

中 坐後座一定要戴安全帽。

越 Ngồi sau nhất định phải đội nón bảo hiểm.

拼 位艘，呢定斐對諾保喊

中 我帶你去！

越 Tôi đưa cô đi !

拼 堆多姑低

中 一直走到底！

越 Đi thẳng đến tận cùng !

拼 低躺點坦共

中 人很多，跟緊我。

越 Người rất đông, theo sát tôi.

拼 未熱東，挑啥堆

主雇溝通篇
CHỦ VÀ NGƯỜI GIÚP VIỆC ĐỐI THOẠI
主法位族月對太

下週日我們回高雄看父母，你要一起去嗎？

越 Chủ nhật tuần sau chúng tôi về Cao Hùng thăm bố mẹ, cô muốn đi cùng không ?

拼 住嫩頓艘，種堆業高鬨探伯滅，姑門低共空

要去幾天？

越 Phải đi mấy ngày ?

拼 斐低沒奈

要三天。

越 Phải ba ngày.

拼 斐八奈

謝謝太太，我想留下看家。

越 Cám ơn bà chủ, tôi muốn ở lại coi nhà.

拼 感恩霸主，堆門噁賴郭那

單字一點通

TỪ MỚI – DỄ HỌC DỄ NHỚ

度每 - 子賀子呢

中 連續假期
越 Ngày nghỉ liên tục
拼 奈你連度

中 關掉
越 Tắt đi
拼 達低

中 看家
越 Coi nhà
拼 郭那

中 門
越 Cửa
拼 葛

中 逛街購物
越 Dạo phố mua đồ
拼 擾佛摸度

中 窗
越 Cửa sổ
拼 葛所

中 散步
越 Đi dạo (Dạo chơi)
拼 低造（造追）

中 地址
越 Địa chỉ
拼 爹幾

中 停車
越 Đậu xe
拼 豆誰

中 電話號碼
越 Số điện thoại
拼 搜電太

中 關瓦斯
越 Tắt van ga
拼 達灣嘎

中 鑰匙
越 Chìa khóa
拼 界垮

中 捷運
越 Tàu điện ngầm
拼 道電問

中 腳踏車
越 Xe đạp
拼 誰但

中 公車
越 Xe buýt
拼 誰步一

中 摩托車
越 Xe gắn máy
拼 誰感埋

中 遊覽車
越 Xe du lịch
拼 撒租力

中 動物園
越 Sở thú
拼 捨圖

中 火車
越 Tàu hỏa(=Xe lửa)
拼 道滑 (= 些路阿)

中 遊樂園
越 khu vui chỏi
拼 庫文在

中 搭飛機
越 Đáp máy bay
拼 搭埋掰

中 百貨公司
越 Bách hóa tổng hợp
拼 白華董賀

中 船
越 Thuyền
拼 豚

中 博物館
越 Viện bảo tàng
拼 院保當

④ 購物

MUA ĐỒ

摸度

CHỦ THỬ NÓI XEM
主土挪先

➲ 中 我們要到大賣場買東西。

越 Chúng tôi muốn tới siêu thị tổng hợp mua đồ.

拼 種堆門得修替董賀，摸度

➲ 中 去超級市場買東西。

越 Đi siêu thị mua đồ.

拼 低修替，摸度

➲ 中 去附近便利商店買。

越 Đi cửa hàng tiện lợi gần nhà mua.

拼 低更航電類亙那摸

➲ 中 福利中心賣的東西比較便宜。

越 Đồ bán ở trung tâm phúc lợi tương đối rẻ.

拼 度版噁中登幅累，登對惹

➲ 中 日用品快用完要去採購。

越 Đồ dùng hàng ngày gần dùng hết phải đi mua.

拼 度縱沆奈亙縱和，斐低摸

➲ 中 這裡賣的東西比較便宜。

越 Đồ bán ở đây tương đối rẻ.

拼 度版噁帶，登對惹

➲ 中 去買一包衛生紙。

越 Đi mua một bao giấy vệ sinh.

拼 低摸莫包賊衛星

➲ 中 去拿一盒雞蛋

越 Đi lấy một hộp trứng gà.

拼 低雷莫貨整尬

➲ 中 花了多少錢？

越 Xài hết bao nhiêu tiền rối ?

拼 塞黑包扭店蕊

➲ 中 拿發票回來。

越 Lấy hóa đơn về.

拼 雷華單業

➲ 中 要準備購物袋。

越 Phải chuẩn bị túi đựng đồ.

拼 斐准必對瞪度

➲ 中 少用塑膠袋。

越 Ít dùng bịch ni lông một chút.

拼 宜縱必尼龍末住

➲ 中 把要買的東西寫在單子上。

越 Ghi những đồ cần mua lên tờ giấy.

拼 機能度亙摸楞的賊

➲ 中 我在結帳櫃台等你。

越 Tôi đợi cô ở quầy tính tiền.

拼 堆的姑噁貴頂店

➲ 中 現在大減價。

越 Bây giờ đại hạ giá.

拼 掰仄帶哈雜

➲ 中 不要買到包裝破損的產品。

越 Đừng mua đồ bị rách bao bì.

拼 瞪摸度必染包庇

➲ 中 有些東西比較便宜，但品質比較差。

越 Có một số đồ khá rẻ, nhưng chất tương đối kém.

拼 國莫贖度卡惹，能折量登對艮

➲ 中 到固定攤子買東西。

越 Đến quầy hàng quen mua đồ.

拼 點貴沆關摸度

➲ 中 你要買什麼嗎？

越 Cô cần mua gì không ?

拼 姑亙摸記空

➲ 中 到菜市場買菜。

越 Đi chợ mua thức ăn.

拼 低這摸特安

➲ 中 有颱風要來，要買一些罐頭。

越 Sắp có bão, phải mua một ít đồ hộp.

拼 啥國暴，斐摸莫宜度貨

➲ 中 最近菜價很貴。

越 Gần đây giá thức ăn rất đắt.

拼 亙帶雜特安惹達

➲ 中 買菜要注意食物的新鮮度。

越 Khi mua thức ăn phải chú ý độ tươi của thức ăn.

拼 科摸特安，斐竹宜度堆，果特安

➲ 中 出門要記得鎖好門。

越 Ra khỏi cửa phải nhớ khóa chặt cửa.

拼 匝傀葛，斐呢垮炸葛

➲ 中 搭公車去。

越 Đi bằng xe buýt.

拼 低棒誰步一

➲ 中 搭計程車去。

越 Đi bằng xe taxi.

拼 低棒誰達西

➲ 中 下一站就要下車。

越 Trạm sau là phải xuống xe.

拼 站艘辣斐悚誰

➲ 中 出去如果怕迷路，要帶家裡的地址、電話號碼。

越 Ra ngoài nếu sợ lạc đường, phải mang theo địa chỉ nhà, số điện thoại.

拼 匝外牛捨辣瞪，斐忙挑爹幾那，贖電太

越南移工・看護說說看 NGƯỜI GIÚP VIỆC THỬ NÓI XEM 位族月疼挪先

中 要買什麼菜？

越 Cần mua thức ăn gì ?

拼 亙摸特安記

中 請問要怎麼去？

越 Xin hỏi phải đi như thế nào ?

拼 新毀斐低呢鐵鬧

中 請問到菜市場怎麼去？

越 Xin hỏi đến chợ đi thế nào ?

拼 新毀點這低鐵鬧

中 總共多少錢？

越 Tổng cộng bao nhiêu tiền ?

拼 懂共包扭店

中 太貴了。

越 Mắc(=Đắt) quá.

拼 忙(=達)寡

中 算我便宜點。

越 Tính tôi rẻ một chút.

拼 頂堆惹莫竹

主雇溝通篇
CHỦ VÀ NGƯỜI GIÚP VIỆC ĐỐI THOẠI
主法位族月對太

買回來的東西要放在哪裡？

越 Đồ mua về phải để ở đâu ?

拼 度摸業斐底噁都

放在這裡。

越 Để ở đây.

拼 底噁帶

太太！我可以出去一下嗎？

越 Thưa bà chủ! Tôi có thể ra ngoài một lát không ?

拼 託霸主！堆國鐵匝外，莫刺空

有事嗎？

越 Có việc gì không ?

拼 國月記空

我想去便利商店買點生活日用品。

越 Tôi muốn đi cửa hàng tiện lợi mua ít đồ dùng hàng ngày.

拼 堆門低更航電類，摸宜度縱沆奈

可以！買完趕快回來，別迷路了。

越 Được! Mua xong về ngay, đừng lạc đường đấy.

拼 的！摸雙業耐，瞪辣瞪歹

單字一點通

TỪ MỚI – DỄ HỌC DỄ NHỚ

度每 - 子賀子呢

中 便利商店
越 Cửa hàng tiện lợi
拼 更航電類

中 菜市場
越 Chợ
拼 這

中 衛生紙
越 Giấy vệ sinh
拼 賊衛星

中 手推車
越 Xe đẩy tay
拼 誰歹呆

中 發票
越 Hóa đơn
拼 華單

5 寄信、匯款

59

GỬI THƯ, CHUYỂN KHOẢN

軌禿，轉款

➲ 中 領掛號信要用印章。

越 Lãnh thư bảo đảm phải dùng con dấu.

拼 朗禿保膽斐縱關奏

➲ 中 寄到越南要用十三元郵票。（郵費會變動）

越 Gửi đi Việt nam phải dùng tem mười ba đồng.

拼 軌低越南，斐縱顛妹八動

➲ 中 我順便幫你寄信。

越 Tôi tiện tay gửi thư giùm cô.

拼 堆頂軌禿永姑

➲ 中 要買郵票嗎？

越 Cần mua tem không ?

拼 亙摸顛空

➲ 中 有我的信嗎？

越 Có thư của tôi không ?

拼 國禿果堆空

➲ 中 信要投進紅色的航空信箱。

越 Thư phải bỏ vào thùng thư hàng không màu đỏ.

拼 禿斐跛要痛禿沆空冒朵

➲ 中 你要匯多少錢？

越 Cô muốn chuyển bao nhiêu tiền ?

拼 姑門轉包扭電

➲ 中 匯費要新台幣 250 元。（匯率會變動）

越 Phí gửi tiền hai trăm năm mươi đài tệ.

拼 費軌店，嗨沾囡妹帶地

➲ 中 我陪你到銀行匯款。

越 Tôi dẫn cô đến ngân hàng chuyển khoản.

拼 堆怎姑點溫沆，轉款

➲ 中 這是匯款表格。

越 Đây là phiếu chuyển khoản.

拼 帶辣瞟轉款

➲ 中 我幫你匯。

越 Tôi giúp cô chuyển khoản.

拼 堆族姑轉款

主雇溝通篇
CHỦ VÀ NGƯỜI GIÚP VIỆC ĐỐI THOẠI
主法位族月對太

太太，我想匯點錢回家。

越 Thưa bà chủ, tôi muốn chuyển một ít tiền về nhà.

拼 託霸主，堆門轉莫宜店業那

好啊！匯多少？

越 Được thôi ! Chuyển bao nhiêu ?

拼 的推！轉包扭

台幣三萬元。

越 Ba chục ngàn đài tệ.

拼 八住難帶地

給我資料，明天我幫你到銀行匯款。

越 Cho tôi các thông tin , mai tôi tới ngân hàng chuyển tiền giùm cô.

拼 桌堆軋通丁，埋堆得溫沆轉店族姑

單字一點通

TỪ MỚI – DỄ HỌC DỄ NHỚ

度每 - 子賀子呢

中 郵票
越 Tem
拼 顛

中 印章
越 Con dấu
拼 闕奏

中 銀行
越 Ngân hàng
拼 溫沆

中 匯款
越 Chuyển khoản
拼 轉款

❻ 年節喜慶

60

CÁC NGÀY LỄ TẾT TRONG NĂM

軋奈禮碟中南

CHỦ THỬ NÓI XEM
主土挪先

➲ 中 春節是中國人的過年。

越 Tết Nguyên đán là Tết của người Trung Quốc.

拼 跌元旦，辣跌果位中國

➲ 中 快過年家裡要大掃除。

越 Sắp Tết phải tổng vệ sinh nhà cửa.

拼 啥跌斐懂衛星那葛

➲ 中 過年要穿新衣、新鞋。

越 Tết đến phải mặc quần áo mới, đi giầy mới.

拼 跌點斐罵棍熬沒，低在沒

➲ 中 除夕夜全家人團圓一起吃年夜飯。

越 Đêm giao thừa toàn gia đình sum họp cùng ăn bữa cơm đoàn viên.

拼 顛遭特，斷匝定孫或，共安跛跟朗英

➲ 中 小孩子可以領壓歲錢。

越 Trẻ con được lãnh lì xì.

拼 解關得覽累西

7 生活應用

ỨNG DỤNG TRONG SINH HOẠT HÀNG NGÀY

瓮縱中身黃沆奈

➲ 中 外面放鞭炮聲音很大。

越 Tiếng pháo đốt bên ngoài rất to.

拼 頂炮奪邊外熱多

➲ 中 新年快樂，萬事如意。

越 Năm mới vui vẻ, vạn sự như ý.

拼 因沒威也，羊事呢宜

➲ 中 恭喜發財。

越 Chúc phát tài.

拼 竹罰帶

➲ 中 這紅包給你。

越 Bao lì xì này cho cô.

拼 包力系耐桌姑

➲ 中 過節要祭拜祖先。

越 Ngày Tết phải lễ bái tổ tiên.

拼 奈跌斐禮拜賭顛

➲ 中 元宵節我們去看花燈。

越 Tết Nguyên tiêu chúng tôi đi xem hoa đăng.

拼 跌元雕，種堆低先花當

➲ 中 陪孩子去提花燈。

越 Đưa trẻ con đi rước hoa đăng.

拼 多解闊，低惹花當

➲ 中 我們要去掃墓。

越 Chúng tôi phải đi tảo mộ.

拼 種堆斐低禱，墓

➲ 中 端午節要吃粽子。

越 Tết Đoan ngọ phải ăn bánh chưng.

拼 跌端握斐安綁爭

➲ 中 粽子吃多了不好消化。

越 Ăn nhiều bánh chưng sẽ khó tiêu.

拼 安扭綁爭，寫殼丟

➲ 中 龍舟比賽好熱鬧。

越 Đua thuyền rồng nhộn nhịp quá.

拼 多褪扔嫩逆寡

➲ 中 農曆七月是中國人的鬼月。

越 Tháng bảy âm lịch là tháng quỷ của người Trung quốc.

拼 糖百恩力辣糖魂，果位中國

➲ 中 中元節我們要拜祖先。

越 Tết Trung nguyên chúng tôi phải cúng tổ tiên.

拼 跌中淵種堆斐鞏賭顛

➲ 中 請你幫我準備拜拜的東西。

越 Nhờ cô chuẩn bị đồ cúng giúp tôi.

拼 呢姑准必度鞏永堆

➲ 中 我們要到廟裡拜拜。

越 Chúng tôi phải đi chùa cúng.

拼 種堆斐低桌共

➲ 中 幫我準備水果，我要去拜拜用的。

越 Giúp tôi chuẩn bị trái cây, tôi đi cúng phải dùng tới.

拼 族堆准必宅該，堆低共，斐縱得

➲ 中 中秋節要吃月餅、柚子。

越 Tết Trung thu sẽ ăn bánh trung thu, bưởi.

拼 爹中禿，寫安綁中禿，北

➲ 中 我們去戶外賞月。

越 Chúng tôi ra ngoài ngắm trăng.

拼 種堆匝外難張

➲ 中 國慶日晚上去看放煙火。

越 Ngày Quốc khánh buổi tối đi xem bắn pháo bông.

拼 奈國扛，跛對低先版炮崩

➲ 中 國慶日遊行交通管制。

越 Ngày quốc khánh giao thông đi lại bị quản chế.

拼 奈國扛，遭通低賴被管制

➲ 中 一起佈置聖誕樹。

越 Cùng trang trí cây Noel.

拼 共張及該怒煙

➲ 中 晚上去參加聖誕舞會。

越 Buổi tối đi tham gia vũ hội giáng sinh.

拼 跛對低探匝舞會髒興

➲ 中 今晚我們去吃聖誕大餐。

越 Tối nay chúng ta đi ăn tiệc giáng sinh.

拼 對耐種搭低安爹髒興

➲ 中 到教會做禮拜。

越 Đi lễ nhà thờ.

拼 低禮那特

主雇溝通篇
CHỦ VÀ NGƯỜI GIÚP VIỆC ĐỐI THOẠI
主法位族月對太

這是給你的紅包。

越 Đây là bao lì xì cho cô.

拼 帶辣包力系桌姑

謝謝太太，恭喜發財。

越 Cảm ơn bà chủ, chúc phát tài.

拼 感恩霸主，竹罰帶

不客氣，也祝你萬事如意。

越 Đừng khách sáo, cũng chúc cô vạn sự như ý.

拼 瞪卡掃，輩竹姑萬事呢宜

單字一點通

TỪ MỚI – DỄ HỌC DỄ NHỚ

度每 - 子賀子呢

中 新年
越 Năm mới
拼 囡沒

中 聖誕節
越 Lễ Giáng Sinh (Noel)
拼 禮繡興（怒煙）

中 元宵節
越 Tết Nguyên Tiêu
(Rằm tháng giêng)
拼 跌元雕（染糖扔）

中 紅包
越 Bao lì xì
拼 包力系

中 清明節
越 Tết Thanh Minh
拼 跌探命

中 紙錢
越 Tiền giấy
拼 店賊

中 端午節
越 Tết Đoan Ngọ
拼 跌端握

中 香
越 Nhang (Hương)
拼 囊（哼）

中 中元節
越 Tết Trung nguyên
拼 跌中淵

中 香爐
越 Bát nhang (Lư hương)
拼 拔囊（盧哼）

中 中秋節
越 Tết Trung Thu
拼 跌中禿

中 廟
越 Chùa (Miếu)
拼 桌（苗）

中 國慶日
越 Ngày Quốc khánh
拼 奈國扛

⑦ 意外災害、地震

TAI NẠN BẤT NGỜ, ĐỘNG ĐẤT

呆海崩惹，動得

➲ 中 要照顧嬰幼兒、老人、病人的安全。

越 Phải chăm lo sự an toàn của trẻ em, người già, người bệnh.

拼 斐沾囉事安斷果解煙，位匝，位病

➲ 中 小心高處掉落的東西。

越 Coi chừng đồ vật rớt xuống từ chỗ cao.

拼 歸正度問，惹悚度主高

➲ 中 不要往外跑，躲在樑柱底下。

越 Không được chạy ra ngoài, núp dưới gầm xà cột.

拼 空的債匝外，奴賊亙薩故

➲ 中 不要靠近陽台、窗子。

越 Không được ở gần ban-công, cửa sổ.

拼 空的噁亙班工，葛所

➲ 中 趕快關緊瓦斯、打開鐵門。

越 Nhanh chóng tắt van ga, mở cửa sắt ra.

拼 囡種達灣嘎，抹葛啥匝

國家圖書館出版品預行編目資料

越南移工看護會話便利通 / 哈福編輯部編著
-- 新北市：布可屋文化, 2021.1
面；公分. --（越南語系列；10）
ISBN 978-986-99161-8-9（平裝附光碟片）

1.越南語 2.會話

803.7988

越南語系列：10

書名 / 越南移工看護會話便利通
出版單位 / 哈福企業有限公司
責任編輯 / Jocelyn Chang
封面設計 / 八十文創 ・ 鄭力夫
內文排版 / 八十文創 ・ 鄭力夫
出版者 / 哈福企業有限公司
地址 / 新北市板橋區五權街 16 號
封面內文圖 / 取材自 Shutterstock

email ／ welike8686@Gmail.com
電話／（02）2808-4587
傳真／（02）2808-6245
出版日期／ 2021 年 1 月
台幣定價／ 349 元
港幣定價／ 116 元

總代理／采舍國際有限公司
地址／新北市中和區中山路二段 366 巷 10 號 3 樓
電話／（02）8245-8786
傳真／（02）8245-8718

哈福

哈福

哈福